Flipping Mastery: Expert Techniques and Insider Secrets for Real Estate Agents

రియల్ ఎస్టేట్ ఏజెంట్ల కోసం ఫ్లిప్పింగ్ మాస్టరీ: నిపుణుల టెక్నిక్‌లు మరియు ఇన్‌సైడర్ సీక్రెట్‌లు

AF148692

Nandita

Copyright © [2023]

Author: Nandita

Title: Flipping Mastery: Expert Techniques and Insider Secrets for Real Estate Agents

This book is a self-published work by the author Nandita

ISBN:

2

TABLE OF CONTENTS

Chapter 1: The Flipping Mindset: From Agent to Mastermind

- Demystifying the Flipping Hype: Is flipping right for you?

- The Agent Advantage: Leveraging your expertise for flipping success.

- Understanding the Flip Cycle: A roadmap from acquisition to exit.

- Mindset Shift: From transactional agent to strategic investor.

- Building the Winning Team: Assembling the right experts for your flips.

Chapter 2: Finding and Evaluating Flip-Worthy Properties

- Market Analysis: Identifying the right neighborhoods and property types.

- Understanding Value Drivers: What makes a property flippable?

- Data-Driven Decision Making: Utilizing market data for informed choices.

- Negotiation Strategies: Securing the best deals on potential flips.

- Due Diligence: Unveiling potential hidden costs and risks.

Chapter 4: Marketing and Selling for Maximum Profit

- Staging the Perfect Flip: Showcasing the property's potential.

- Compelling Listing Strategies: Attracting the right buyers in a competitive market.

- Pricing for Profit: Finding the sweet spot between speed and ROI.

- Negotiation Tactics for Flippers: Maximizing your return at the closing table.

- Exit Strategies: Choosing the right path for your flipped property.

Chapter 5: Flipping Beyond the Basics: Advanced Strategies for Success

- Creative Financing Options: Securing funding for your flips.

- Value Engineering: Optimizing renovations for maximum return.

- Risk Management and Mitigation: Protecting your investment from unforeseen issues.

- Building a Sustainable Flipping Business: Scaling your operations for growth.

- Ethical Flipping: Navigating legal and community considerations.

TABLE OF CONTENTS

అధ్యాయం 1: మనసు మార్పు: ఏజెంట్ నుంచి మాస్టర్ మైండ్ వరకు 13

- ఫ్లిప్పింగ్ హైప్‌ను డీమిస్టిఫైయింగ్: ఫ్లిప్పింగ్ మీకు సరైనదేనా?
- ఏజెంట్ ప్రయోజనం: ఫ్లిప్పింగ్ విజయానికి మీ నైపుణ్యాన్ని పెంచడం.
- ఫ్లిప్ సైకిల్ అర్థం చేసుకోవడం: కొనుగోలు నుండి నిష్క్రమణకు రోడ్‌మ్యాప్.
- మనస్తత్వ మార్పు: ట్రాన్సాక్షనల్ ఏజెంట్ నుండి వ్యూహాత్మక ఇన్వెస్టర్ వరకు.
- విజయవంతమైన టీమ్‌ను నిర్మించడం: మీ ఫ్లిప్‌ల కోసం సరైన నిపుణులను సమీకరించడం.

- మార్కెట్ విశ్లేషణ: సరైన పరిసరాలు మరియు ఆస్తి రకాలను గుర్తించడం.

- విలువ డ్రైవర్లను అర్థం చేసుకోవడం: ఆస్తిని ఫ్లిప్పబుల్ చేసేది ఏమిటి?

- డేటా-డ్రైవన్ నిర్ణయం తీసుకోవడం: సమాచార ఎంపికల కోసం మార్కెట్ డేటాను ఉపయోగించడం.

- చర్చా వ్యూహాలు: సంభావ్యమైన ఫ్లిప్లపై ఉత్తమ ఒప్పందాలను సురక్షితం చేయడం.

- డ్యూ డిలిజెన్స్: సంభావ్య దాచిన ఖర్చులు మరియు రిస్క్ లను వెల్లడించడం.

- పునర్నిర్మాణ లక్ష్యాలను సెట్ చేయడం: ROIని మార్కెటబిలిటీతో సమతుల్యం చేయడం.

- బడ్జెట్ ప్లానింగ్ మరియు కాస్ట్ కంట్రోల్: పునర్నిర్మాణ బ్లోఅవుట్లను నివారించడం.

- ప్రాజెక్ట్ మేనేజ్‌మెంట్ 101: సామర్ధ్యానికి పునర్నిర్మాణ ప్రక్రియను సరళీకృతం చేయడం.

- స్మార్ట్ పునర్నిర్మాణాల కోసం ఇన్‌సైడర్ సీక్రెట్స్: బడ్జెట్‌లో హై-ఇంపాక్ట్ మెరుగుదేలలు.

- ట్రెండింగ్ డిజైన్ మరియు టెక్నాలజీ: ఆధునిక ఫీచర్ల ద్వారా విలువను జోడించడం.

- పర్ఫెక్ట్ ఫ్లిప్ను స్టేజింగ్ చేయడం: ఇల్లు పరిపూర్ణంగా కనబడేలా చేయడం.

- ఆకర్షణీయమైన లిస్టింగ్ వ్యూహాలు: పోటీ మార్కెట్లో సరైన కొనుగోలుదారులను ఆకర్షించే ట్రిక్స్.

- లాభం కోసం ధర నిర్ణయం: త్వరగా అమ్మడం మరియు లాభం మధ్య సరైన ధర పెట్టడం.

- ఫ్లిప్పర్ల కోసం చర్చా వ్యూహాలు: డీల్ పూర్తి చేసేటప్పుడు ఎక్కువ లాభం పొందే పద్ధతులు.

- నిష్క్రమణ వ్యూహాలు: ఫ్లిప్ చేసిన ఇల్లు అమ్మడానికి ఉత్తమమైన మార్గం ఎంచుకోవడం.

- సృజనాత్మక ఫైనాన్స్ ఎంపికలు: ఫ్లిప్ల కోసం నిధులు సమకూర్చుకోవడం.

- వాల్యూ ఇంజనీరింగ్: గరిష్ట రాబడి కోసం పునర్నిర్మాణాలను ఆప్టిమైజ్ చేయడం.

- రిస్క్ మేనేజ్ మెంట్ మరియు తగ్గింపు: ఊహించని సమస్యల నుంచి పెట్టుబడిని రక్షించడం.

- స్థిరమైన ఫ్లిప్పింగ్ వ్యాపారాన్ని నిర్మించడం: ఎక్కువ ఫ్లిప్స్ చేయడానికి కార్యకలాపాలను విస్తరించడం.

- నైతిక ఫ్లిప్పింగ్: చట్టబట్టలు మరియు సామాజిక పరిగణనలను పాటించడం.

Chapter 1: The Flipping Mindset: From Agent to Mastermind

అధ్యాయం 1: మనసు మార్పు: ఏజెంట్ నుంచి మాస్టర్ మైండ్ వరకు

ఫ్లిప్పింగ్ హైప్‌ను డీమిస్టిఫైయింగ్: ఫ్లిప్పింగ్ మీకు సరైనదేనా?

ఫ్లిప్పింగ్ అనేది ఒక ఆస్తిని తక్కువ ధరకు కొనుగోలు చేసి, దానిని ఎక్కువ ధరకు అమ్మే వ్యాపార విధానం. ఇది చాలా లాభదాయకంగా ఉండే సామర్థ్యాన్ని కలిగి ఉంది, కానీ ఇది చాలా ప్రమాదకరమైనది కూడా.

ఫ్లిప్పింగ్‌పై చాలా హైప్ ఉంది, మరియు చాలా మంది ప్రజలు ఇది సులభమైన మరియు త్వరగా డబ్బు సంపాదించడానికి ఒక మార్గం అని నమ్ముతారు. అయితే, వాస్తవానికి, ఫ్లిప్పింగ్ విజయవంతం కావడానికి చాలా కష్టపడటం మరియు చాలా పరిశోధన చేయడం అవసరం.

ఫ్లిప్పింగ్ యొక్క ప్రయోజనాలు

ఫ్లిప్పింగ్‌కు అనేక ప్రయోజనాలు ఉన్నాయి. ఇది చాలా లాభదాయకంగా ఉండే సామర్థ్యాన్ని కలిగి ఉంది, మరియు ఇది చాలా త్వరగా డబ్బు సంపాదించడానికి ఒక మార్గం. ఫ్లిప్పింగ్ కూడా మీకు ఆస్తి మార్కెట్ గురించి నేర్చుకోవడానికి మరియు మీ ఆస్తి పెట్టుబడి నైపుణ్యాలను మెరుగుపరచడానికి ఒక మార్గం.

ఫ్లిప్పింగ్ యొక్క ప్రమాదాలు

ఫ్లిప్పింగ్ కూడా చాలా ప్రమాదకరమైనది. మీరు తప్పు ఆస్తిని కొనుగోలు చేస్తే, మీరు డబ్బు కోల్పోవచ్చు. మీరు తగినంత పరిశోధన చేయకపోతే, మీరు మీ ఆస్తిని ఎక్కువ ధరకు అమ్మలేకపోవచ్చు. మీరు ఆస్తిని పునర్నిర్మించడానికి లేదా మెరుగుపరచడానికి అవసరమైన డబ్బును కలిగి ఉండకపోతే, మీరు లాభం పొందలేకపోవచ్చు.

ఫ్లిప్పింగ్ మీకు సరైనదేనా?

ఫ్లిప్పింగ్ మీకు సరైనదేనా అనేది మీ వ్యక్తిగత పరిస్థితులపై ఆధారపడి ఉంటుంది. మీరు కష్టపడటానికి మరియు చాలా పరిశోధన చేయడానికి సిద్ధంగా ఉంటే, మరియు మీరు ఆస్తి మార్కెట్ గురించి నేర్చుకోవడానికి మరియు మీ ఆస్తి పెట్టుబడి నైపుణ్యాలను మెరుగుపరచడానికి ఆసక్తి కలిగి ఉంటే, ఫ్లిప్పింగ్ మీకు సరైనదే కావచ్చు.

ఏజెంట్ ప్రయోజనం: ఫ్లిప్పింగ్ విజయానికి మీ నైపుణ్యాన్ని పెంచడం.

ఫ్లిప్పింగ్ అనేది ఒక ఆస్తిని తక్కువ ధరకు కొనుగోలు చేసి, దానిని ఎక్కువ ధరకు అమ్మే వ్యాపార విధానం. ఇది చాలా లాభదాయకంగా ఉండే సామర్థ్యాన్ని కలిగి ఉంది, కానీ ఇది చాలా ప్రమాదకరమైనది కూడా. ఫ్లిప్పింగ్‌లో విజయం సాధించడానికి, మీరు కొన్ని నిర్దిష్ట నైపుణ్యాలను అభివృద్ధి చేయాలి.

ఏజెంట్ ప్రయోజనం అనేది ఒక ఆన్‌లైన్ కోర్సు, ఇది ఫ్లిప్పింగ్‌లో విజయం సాధించడానికి అవసరమైన నైపుణ్యాలను మీకు నేర్పుతుంది. ఈ కోర్సులో, మీరు కింది విషయాలను నేర్చుకుంటారు:

- ఆస్తి మార్కెట్ యొక్క ప్రాథమికాలు
- ఆస్తిని ఎంచుకోవడం ఎలా
- ఆస్తిని పునర్నిర్మించడం లేదా మెరుగుపరచడం ఎలా
- ఆస్తిని విక్రయించడం ఎలా

ఏజెంట్ ప్రయోజనం యొక్క ప్రయోజనాలు:

- మీరు ఫ్లిప్పింగ్‌లో విజయం సాధించడానికి అవసరమైన నైపుణ్యాలను నేర్చుకుంటారు.
- మీరు ఆస్తి మార్కెట్ గురించి మరింత తెలుసుకుంటారు.
- మీరు ఆస్తిని ఎంచుకోవడానికి మరియు దానిని పునర్నిర్మించడానికి లేదా మెరుగుపరచడానికి మరింత తెలుసుకుంటారు.

- మీరు ఆస్తిని విక్రయించడానికి మరింత తెలుసుకుంటారు.

ఫ్లిప్పింగ్‌లో విజయం సాధించడానికి మీరు అభివృద్ధి చేయాలి అనే కొన్ని ముఖ్యమైన నైపుణ్యాలు ఇక్కడ ఉన్నాయి:

- ఆస్తి మార్కెట్ గురించి తెలుసుకోండి. మీరు మీ ప్రాంతంలోని ఆస్తి మార్కెట్ యొక్క ధరలు మరియు పోటీ స్థాయిని అర్థం చేసుకోవాలి.

- ఆస్తిని ఎంచుకోవడంలో మంచివారు. మీరు ఆస్తి యొక్క సంభావ్యతను అంచనా వేయగలగాలి మరియు మీరు దానిని పునర్నిర్మించడానికి లేదా మెరుగుపరచడానికి అవసరమైన డబ్బును కలిగి ఉన్నారని నిర్ధారించుకోండి.

- ఆస్తిని పునర్నిర్మించడం లేదా మెరుగుపరచడంలో నైపుణ్యం కలిగి ఉండండి. మీరు ఆస్తిని పునర్నిర్మించడానికి లేదా మెరుగుపరచడానికి కొంత నైపుణ్యం కలిగి ఉండాలి.

- ఆస్తిని విక్రయించడంలో మంచివారు. మీరు మీ ఆస్తిని మార్కెట్ చేయడానికి మరియు ఒక కొనుగోలుదారుని కనుగొనడానికి సమయం మరియు కృషిని పెట్టాలి.

ఫ్లిప్ సైకిల్ అర్థం చేసుకోవడం: కొనుగోలు నుండి నిష్క్రమణకు రోడ్‌మ్యాప్

ఫ్లిప్ సైకిల్ అనేది ఒక నిర్దిష్ట వ్యవధిలో ఒక ఆస్తిని కొనుగోలు చేసి, తక్కువ సమయంలో దానిని ఎక్కువ ధరకు అమ్మే వ్యాపార విధానం. ఇది చాలా లాభదాయకంగా ఉండే సామర్థ్యాన్ని కలిగి ఉంది, కానీ ఇది చాలా ప్రమాదకరమైనది కూడా.

ఫ్లిప్ సైకిల్‌లో విజయం సాధించడానికి, మీరు కొనుగోలు నుండి నిష్క్రమణ వరకు ప్రక్రియను అర్థం చేసుకోవాలి. ఈ రోడ్‌మ్యాప్ మీకు ఫ్లిప్ సైకిల్‌ను ప్రారంభించడానికి మరియు విజయం సాధించడానికి సహాయపడుతుంది.

కొనుగోలు

ఫ్లిప్ సైకిల్ ప్రక్రియ యొక్క మొదటి దశ కొనుగోలు. మీరు ఫ్లిప్ చేయడానికి ఆస్తిని కనుగొనడానికి, మీరు మీ ప్రాంతంలోని ఆస్తి మార్కెట్‌ను పరిశోధించాలి. మీరు ఆస్తి యొక్క ధర, పరిమాణం, స్థానం మరియు స్థితిని పరిగణించాలి.

మీరు ఆస్తిని కనుగొన్న తర్వాత, మీరు దానిని కొనుగోలు చేయడానికి ఒక ఒప్పందాన్ని ముగించాలి. ఈ ఒప్పందం ఆస్తి యొక్క ధర, పరిణామం మరియు పూర్తి చేయడానికి షెడ్యూల్‌ను నిర్వచించాలి.

పునర్నిర్మాణం లేదా మెరుగుపరచడం

మీరు ఆస్తిని కొనుగోలు చేసిన తర్వాత, మీరు దానిని పునర్నిర్మించాలి లేదా మెరుగుపరచాలి. ఈ దశలో, మీరు ఆస్తి

యొక్క రూపాన్ని మరియు విలువను మెరుగుపరచడానికి మార్పులు చేస్తారు.

పునర్నిర్మాణం లేదా మెరుగుపరచడానికి ఖర్చు మీరు ఫ్లిప్ సైకిల్ నుండి లాభం పొందగలరో లేదో నిర్ణయించడంలో ముఖ్యమైన అంశం. మీరు పునర్నిర్మాణం లేదా మెరుగుపరచడానికి ఏమి చేయాలో నిర్ణయించడానికి, మీరు నిపుణుడిని సంప్రదించాలి.

విక్రయం

పునర్నిర్మాణం లేదా మెరుగుపరచడం పూర్తయిన తర్వాత, మీరు ఆస్తిని విక్రయించడానికి సిద్ధంగా ఉన్నారు. మీరు ఆస్తిని విక్రయించడానికి అనేక మార్గాలు ఉన్నాయి, వీటిలో:

- ఏజెంట్‌ను ఉపయోగించండి
- ప్రత్యక్షంగా విక్రయించండి
- ఆన్‌లైన్‌లో విక్రయించండి

మీరు ఆస్తిని విక్రయించడానికి ఏ మార్గాన్ని ఎంచుకున్నా, మీరు మీ ఆస్తిని మార్కెట్ చేయడానికి మరియు ఒక కొనుగోలుదారుని కనుగొనడానికి సమయం మరియు కృషిని పెట్టాలి.

మనస్తత్వ మార్పు: ట్రాన్సాక్షనల్ ఏజెంట్ నుండి వ్యూహాత్మక ఇన్వెస్టర్ వరకు.

ట్రాన్సాక్షనల్ ఏజెంట్‌లు మరియు వ్యూహాత్మక ఇన్వెస్టర్‌లు రెండూ ఆస్తి పెట్టుబడిదారులు, కానీ వారి మధ్య కీలకమైన తేడాలు ఉన్నాయి. ట్రాన్సాక్షనల్ ఏజెంట్‌లు ఒకే లక్ష్యంతో కొనుగోలు చేస్తారు: ఒక ఆస్తిని కొనుగోలు చేయండి మరియు దానిని లాభంతో అమ్మండి. వారు ఆస్తి మార్కెట్ యొక్క దీర్ఘకాలిక అవకాశాలను పరిగణించరు. వ్యూహాత్మక ఇన్వెస్టర్‌లు, మరోవైపు, ఆస్తి మార్కెట్ యొక్క దీర్ఘకాలిక అవకాశాలను పరిగణించడానికి ఎక్కువ సమయం మరియు శ్రద్ధ కేటాయిస్తారు. వారు ఆస్తిని కొనుగోలు చేయడానికి మరియు దానిని లాభంతో అమ్మడానికి మించి, ఆస్తి మార్కెట్‌లో వారి స్థానాన్ని మెరుగుపరచడానికి కూడా ఆశిస్తారు.

ట్రాన్సాక్షనల్ ఏజెంట్ నుండి వ్యూహాత్మక ఇన్వెస్టర్‌గా మారడానికి, మీరు మీ మనస్తత్వాన్ని మార్చుకోవాలి. మీరు కేవలం ఒక లాభం కోసం చూస్తున్నట్లు కాకుండా, ఆస్తి మార్కెట్‌లో మీ స్థానాన్ని మెరుగుపరచడానికి మీరు కూడా చూస్తున్నారని మీరు నమ్మకోవాలి. మీరు దీర్ఘకాలిక అవకాశాలను పరిగణించాలి మరియు మీ పెట్టుబడులను ఆధారపడిన నిర్ణయాలు తీసుకోవాలి.

ట్రాన్సాక్షనల్ ఏజెంట్ నుండి వ్యూహాత్మక ఇన్వెస్టర్‌గా మారడానికి మీరు చేయగల కొన్ని విషయాలు ఇక్కడ ఉన్నాయి:

- ఆస్తి మార్కెట్ యొక్క దీర్ఘకాలిక అవకాశాలను అర్థం చేసుకోండి. మీరు ఆస్తి మార్కెట్ ఎలా పని చేస్తుందో

మరియు దీర్ఘకాలంలో ఎలా మారవచ్చో తెలుసుకోవాలి. మీరు ఈ సమాచారాన్ని పొందడానికి, ఆస్తి మార్కెట్ పరిశోధన చేయండి మరియు నిపుణులతో మాట్లాడండి.

- మీ పెట్టుబడులను ఆధారపడిన నిర్ణయాలు తీసుకోండి. మీరు కేవలం మీ భావోద్వేగాల ఆధారంగా పెట్టుబడులు పెట్టకూడదు. మీరు మీ పెట్టుబడులను ఆధారపడిన నిర్ణయాలు తీసుకోవడానికి, మీరు మీ పెట్టుబడుల లక్ష్యాలను మరియు మీ ప్రమాద సహనాన్ని అర్థం చేసుకోవాలి.

విజయవంతమైన టీమ్‌ను నిర్మించడం: మీ ఫ్లిప్‌ల కోసం సరైన నిపుణులను సమీకరించడం.

ఫ్లిప్పింగ్ అనేది ఒక ఆస్తిని తక్కువ ధరకు కొనుగోలు చేసి, దానిని ఎక్కువ ధరకు అమ్మే వ్యాపార విధానం. ఇది చాలా లాభదాయకంగా ఉండే సామర్థ్యాన్ని కలిగి ఉంది, కానీ ఇది చాలా ప్రమాదకరమైనది కూడా. ఫ్లిప్పింగ్‌లో విజయం సాధించడానికి, మీరు మీ టీమ్‌లో సరైన నిపుణులను కలిగి ఉండాలి.

మీ టీమ్‌లో ఉండాల్సిన నిపుణుల రకాలు:

- ఆస్తి మార్కెట్ నిపుణుడు: ఈ వ్యక్తి ఆస్తి మార్కెట్ యొక్క ధరలు, పోటీ మరియు ట్రెండ్‌లను అర్థం చేసుకోవాలి.

- ఆస్తి విలువ నిర్ణయకర్త: ఈ వ్యక్తి ఆస్తి యొక్క విలువను సమర్థవంతంగా అంచనా వేయగలవాడు.

- పునర్నిర్మాణ నిపుణుడు: ఈ వ్యక్తి ఆస్తిని పునర్నిర్మించడానికి లేదా మెరుగుపరచడానికి అవసరమైన నైపుణ్యాలను కలిగి ఉండాలి.

- లావాదేవీ నిపుణుడు: ఈ వ్యక్తి ఆస్తిని విక్రయించడానికి అవసరమైన నైపుణ్యాలను కలిగి ఉండాలి.

మీ టీమ్‌ను ఎలా నిర్మించాలి:

మీ టీమ్‌ను నిర్మించడం ప్రారంభించడానికి, మీరు మీకు ఏ రకమైన నిపుణుల అవసరం అని నిర్ణయించుకోవాలి. మీరు మీ స్వంతంగా ఈ నైపుణ్యాలను కలిగి ఉన్నారా లేదా మీరు ఇతరుల సహాయం తీసుకోవాలా?

మీరు మీ స్వంతంగా ఈ నైపుణ్యాలను కలిగి ఉన్నట్లయితే, మీరు ఒక చిన్న టీమ్‌తో ప్రారంభించవచ్చు. మీరు మీ పనిని విస్తరించడం ప్రారంభించినప్పుడు, మీరు మరింత నిపుణులను నియమించుకోవచ్చు.

మీరు ఇతరుల సహాయం తీసుకోవాలని ఎంచుకుంటే, మీరు మీ ప్రాంతంలోని నిపుణుల కోసం శోధించవచ్చు. మీరు ఆన్‌లైన్‌లో లేదా మీ వ్యక్తిగత నెట్‌వర్క్‌లో వారిని కనుగొనవచ్చు.

మీ టీమ్‌ను నిర్వహించడం:

మీ టీమ్‌ను నిర్వహించడానికి, మీరు స్పష్టమైన లక్ష్యాలు మరియు బాధ్యతలను స్థాపించాలి. మీరు మీ టీమ్‌తో క్రమం తప్పకుండా కమ్యూనికేట్ చేయాలి మరియు వారి పనిని మార్గనిర్దేశం చేయాలి.

Chapter 2: Finding and Evaluating Flip-Worthy Properties

అధ్యాయం 2: ఫ్లిప్-విలువైన ఆస్తులను కనుగొని అంచనా వేయడం

మార్కెట్ విశ్లేషణ: సరైన పరిసరాలు మరియు ఆస్తి రకాలను గుర్తించడం.

ఫ్లిప్పింగ్ అనేది ఒక ఆస్తిని తక్కువ ధరకు కొనుగోలు చేసి, దానిని ఎక్కువ ధరకు అమ్మే వ్యాపార విధానం. ఈ వ్యాపార విధానంలో విజయం సాధించడానికి, మీరు సరైన ఆస్తిని సరైన పరిసరాలలో కొనుగోలు చేయాలి.

మార్కెట్ విశ్లేషణ అనేది మీరు సరైన పరిసరాలు మరియు ఆస్తి రకాలను గుర్తించడంలో సహాయపడే ఒక ప్రక్రియ. ఈ ప్రక్రియలో, మీరు మీ ప్రాంతంలోని ఆస్తి మార్కెట్ గురించి పరిశోధన చేస్తారు. మీరు ధరలు, పోటీ మరియు ట్రెండ్లను అంచనా వేస్తారు.

మార్కెట్ విశ్లేషణ చేయడానికి, మీరు క్రింది అంశాలను పరిగణించాలి:

- పరిసరాలు: ఆస్తి ఏ పరిసరాల్లో ఉన్నాయి? పరిసరాలు అభివృద్ధి చెందుతున్నాయి లేదా క్షీణిస్తున్నాయి?

- వాసుల డిమాండ్: ఆ పరిసరాల్లో ఏ రకమైన ఆస్తిలకు డిమాండ్ ఉంది?

- ధరలు: ఆ పరిసరాల్లో ఆస్తి ధరలు ఎలా ఉన్నాయి?

- పోటీ: మీరు పోటీని ఎదుర్కొంటున్నారా?

- ట్రెండ్లు: ఆస్తి మార్కెట్ యొక్క భవిష్యత్తు ట్రెండ్లు ఏమిటి?

మార్కెట్ విశ్లేషణ యొక్క ఫలితాలు మీకు సరైన పరిసరాలు మరియు ఆస్తి రకాలను గుర్తించడంలో సహాయపడతాయి. మీరు మీ లక్ష్యాలను మరియు ప్రమాద సహనాన్ని బట్టి మీ ఎంపికలను సర్దుబాటు చేయవచ్చు.

సరైన పరిసరాలను ఎంచుకోవడం:

మీరు ఫ్లిప్పింగ్‌లో విజయం సాధించాలనుకుంటే, మీరు సరైన పరిసరాలను ఎంచుకోవాలి. మంచి పరిసరాలు ఆస్తి యొక్క విలువను పెంచడానికి సహాయపడతాయి.

సరైన పరిసరాలను ఎంచుకోవడానికి, మీరు క్రింది అంశాలను పరిగణించాలి:

- అభివృద్ధి: పరిసరాలు అభివృద్ధి చెందుతున్నాయి లేదా క్షీణిస్తున్నాయి? అభివృద్ధి చెందుతున్న పరిసరాలు ఆస్తి యొక్క విలువను పెంచడానికి మంచి అవకాశాలను అందిస్తాయి.

- సౌకర్యాలు: పరిసరాల్లో ఏ రకమైన సౌకర్యాలు ఉన్నాయి? స్కూళ్లు, దుకాణాలు, రవాణా మరియు ఇతర సౌకర్యాలు ఉన్న పరిసరాలు ఆస్తి యొక్క విలువను పెంచడానికి సహాయపడతాయి.

విలువ డ్రైవర్లను అర్థం చేసుకోవడం: ఆస్తిని ఫ్లిప్పబుల్ చేసేది ఏమిటి?

ఫ్లిప్పింగ్ అనేది ఒక ఆస్తిని తక్కువ ధరకు కొనుగోలు చేసి, దానిని ఎక్కువ ధరకు అమ్మే వ్యాపార విధానం. ఈ వ్యాపార విధానంలో విజయం సాధించడానికి, మీరు ఆస్తి యొక్క విలువను పెంచగల సామర్థ్యం ఉన్న ఆస్తిని కొనుగోలు చేయాలి.

విలువ డ్రైవర్లు అనేవి ఆస్తి యొక్క విలువను ప్రభావితించే అంశాలు. ఈ అంశాలను అర్థం చేసుకోవడం వల్ల మీరు ఫ్లిప్పింగ్‌కు అనుకూలమైన ఆస్తిని గుర్తించడంలో సహాయపడుతుంది.

ఆస్తి యొక్క విలువను ప్రభావితించే కొన్ని ముఖ్యమైన విలువ డ్రైవర్లు ఇక్కడ ఉన్నాయి:

- పరిసరాలు: ఆస్తి ఏ పరిసరాల్లో ఉన్నాయి? అభివృద్ధి చెందుతున్న పరిసరాలు ఆస్తి యొక్క విలువను పెంచడానికి మంచి అవకాశాలను అందిస్తాయి.

- వాసుల డిమాండ్: ఆ పరిసరాల్లో ఏ రకమైన ఆస్తిలకు డిమాండ్ ఉంది? అధిక డిమాండ్ ఉన్న పరిసరాల్లో ఆస్తి యొక్క విలువ ఎక్కువగా ఉంటుంది.

- ఆస్తి యొక్క స్థితి: ఆస్తి ఎంత బాగా నిర్వహించబడుతోంది? బాగా నిర్వహించబడిన ఆస్తి యొక్క విలువ ఎక్కువగా ఉంటుంది.

- ఆస్తి యొక్క లక్షణాలు: ఆస్తిలో ఏ రకమైన లక్షణాలు ఉన్నాయి? అధిక-నాణ్యత లక్షణాలతో కూడిన ఆస్తి యొక్క విలువ ఎక్కువగా ఉంటుంది.

25

ఆస్తిని ఫ్లిప్పబుల్ చేయడానికి, మీరు దాని విలువను పెంచగల విలువ డ్రైవర్లను గుర్తించాలి. మీరు ఈ డ్రైవర్లను మెరుగుపరచడానికి పెట్టుబడి పెట్టవచ్చు, ఉదాహరణకు:

- పరిసరాలను మెరుగుపరచడానికి పని చేయండి.

- ఆస్తిని మెరుగుపరచడానికి పని చేయండి.

- ఆస్తిలో కొత్త లక్షణాలను జోడించండి.

విలువ డ్రైవర్లను అర్థం చేసుకోవడం వల్ల మీరు ఫ్లిప్పింగ్లో విజయం సాధించడానికి మరింత అవకాశాలను పొందుతారు. మీరు మీ పరిసరాలలోని ఆస్తి మార్కెట్ను పరిశోధించడం ప్రారంభించండి మరియు ఫ్లిప్పింగ్కు అనుకూలమైన ఆస్తిని కనుగొనడానికి మీ సమయాన్ని తీసుకోండి.

డేటా-డ్రైవన్ నిర్ణయం తీసుకోవడం: సమాచార ఎంపికల కోసం మార్కెట్ డేటాను ఉపయోగించడం

డేటా-డ్రైవన్ నిర్ణయం తీసుకోవడం అనేది నిర్ణయాలను తీసుకోవడానికి మరియు వాటిని అమలు చేయడానికి డేటాను ఉపయోగించే ప్రక్రియ. ఈ రకమైన నిర్ణయం తీసుకోవడం వల్ల మరింత సమాచార మరియు ఆధారిత నిర్ణయాలు తీసుకోవడానికి మరియు మరింత మెరుగైన ఫలితాలను సాధించడానికి సహాయపడుతుంది.

సమాచార ఎంపికల కోసం మార్కెట్ డేటాను ఉపయోగించడం

సమాచార ఎంపికల కోసం మార్కెట్ డేటాను ఉపయోగించడం అనేది డేటా-డ్రైవన్ నిర్ణయం తీసుకోవడంలో ఒక ముఖ్యమైన అంశం. మార్కెట్ డేటా అనేది మార్కెట్ యొక్క పరిస్థితిని మరియు వినియోగదారుల ప్రవర్తనను అర్థం చేసుకోవడానికి ఉపయోగించే డేటా. ఈ డేటాను ఉపయోగించి, మీరు మీ ఉత్పత్తుల లేదా సేవలను మెరుగుపరచడానికి, మీ లక్ష్య వినియోగదారులను చేరుకోవడానికి మరియు మీ వ్యాపారాన్ని పెంచడానికి మార్గాలను గుర్తించవచ్చు.

మార్కెట్ డేటాను ఉపయోగించడం ద్వారా సాధించగలిగే కొన్ని ప్రయోజనాలు ఇక్కడ ఉన్నాయి:

- మీ మార్కెట్‌ను మరింత బాగా అర్థం చేసుకోండి: మార్కెట్ డేటా మీకు మీ మార్కెట్ యొక్క పరిమాణం, పెరుగుదల రేటు మరియు విభిన్న వినియోగదారు సమూహాల అవసరాల గురించి సమాచారాన్ని అందిస్తుంది.

- మీ లక్ష్య వినియోగదారులను గుర్తించండి: మార్కెట్ డేటా మీకు మీ లక్ష్య వినియోగదారుల యొక్క వయస్సు, లింగం, ఆదాయం మరియు ఇతర లక్షణాల గురించి సమాచారాన్ని అందిస్తుంది.

- మీ ఉత్పత్తుల లేదా సేవలను మెరుగుపరచండి: మార్కెట్ డేటా మీకు మీ ఉత్పత్తుల లేదా సేవల యొక్క ప్రాధాన్యతలను మరియు మెరుగుదలల అవసరాల గురించి సమాచారాన్ని అందిస్తుంది.

- మీ లక్ష్య వినియోగదారులను చేరుకోండి: మార్కెట్ డేటా మీకు మీ లక్ష్య వినియోగదారులను చేరుకోవడానికి ఉత్తమ మార్గాల గురించి సమాచారాన్ని అందిస్తుంది.

- మీ వ్యాపారాన్ని పెంచండి: మార్కెట్ డేటా మీకు మీ వ్యాపారాన్ని పెంచడానికి మరియు మీ ఆదాయాన్ని పెంచడానికి మార్గాల గురించి సమాచారాన్ని అందిస్తుంది.

చర్చా వ్యూహాలు: సంభావ్యమైన ఫ్లిప్లపై ఉత్తమ ఒప్పందాలను సురక్షితం చేయడం

చర్చ అనేది రెండు లేదా అంతకంటే ఎక్కువ వ్యక్తుల మధ్య ఒక సంభాషణ, ఇది ఒక నిర్దిష్ట ప్రాసెస్ లేదా పరిష్కారంపై ఒప్పందం కుదుర్చుకోవడం లక్ష్యంగా పెట్టుకుంటుంది. చర్చలో విజయం సాధించడానికి, చర్చకు సిద్ధంగా ఉండటం మరియు సరైన వ్యూహాలను ఉపయోగించడం చాలా ముఖ్యం.

సంభావ్యమైన ఫ్లిప్లను ఎలా ఎదుర్కోవాలి?

చర్చలో, ఒక వ్యక్తి తన మనసు మార్చుకునే అవకాశం ఎల్లప్పుడూ ఉంటుంది. దీనిని "ఫ్లిప్" అంటారు. ఫ్లిప్లు సంభావ్యమైనప్పుడు, వాటిని ఎదుర్కోవడానికి మీరు కొన్ని వ్యూహాలను ఉపయోగించవచ్చు.

- మీ సిద్ధాంతాలను బలపరచండి. మీరు ఏమి నమ్ముతున్నారో మీకు ఖచ్చితంగా తెలుసు కాబట్టి, మీ సిద్ధాంతాలను బలపరచడానికి సమాచారం మరియు వాస్తవాలను ఉపయోగించండి. ఇది మీరు ఒప్పందం కుదుర్చుకున్నప్పుడు మరింత బలంగా ఉండటానికి సహాయపడుతుంది.

- విరుద్ధమైన అభిప్రాయాలను వినండి. మీ భాగస్వామి ఏమి చెబుతున్నారో వినండి మరియు వారి అభిప్రాయాలను అర్థం చేసుకోండి. ఇది వారితో ఒక సాధారణ భాషను కనుగొనడానికి మరియు ఒక పరిష్కారాన్ని కనుగొనడానికి మీకు సహాయపడుతుంది.

- ఒప్పందానికి సిద్ధంగా ఉండండి. మీరు ఏదైనా ఒప్పందానికి సిద్ధంగా లేకపోతే, మీ భాగస్వామి ఫ్లిప్

29

చేయడానికి మరింత అవకాశం ఉంది. అందువల్ల, మీరు ఏదైనా ఒప్పందానికి సిద్ధంగా ఉండటం ముఖ్యం, అది మీకు 100% సంతృప్తికరంగా లేకపోయినా కూడా.

చర్చలో విజయం సాధించడానికి కొన్ని చిట్కాలు

- మీ లక్ష్యాలను తెలుసుకోండి. మీరు చర్చ నుండి ఏమి పొందాలనుకుంటున్నారో తెలుసుకోండి. ఇది మీకు సరైన వ్యూహాలను అభివృద్ధి చేయడంలో సహాయపడుతుంది.

- మీ భాగస్వామిని అర్థం చేసుకోండి. మీ భాగస్వామి ఏమి కోరుకుంటున్నారో మరియు వారి అవసరాలు ఏమిటో అర్థం చేసుకోండి. ఇది వారితో ఒక సాధారణ భాషను కనుగొనడానికి మరియు ఒక పరిష్కారాన్ని కనుగొనడానికి మీకు సహాయపడుతుంది.

డ్యూ డిలిజెన్స్: సంభావ్య దాచిన ఖర్చులు మరియు రిస్క్‌లను వెల్లడించడం

డ్యూ డిలిజెన్స్ అనేది ఒక వ్యాపారాన్ని లేదా ఒప్పందాన్ని అధ్యయనం చేయడం, దానిలోని అన్ని ప్రమాదాలు మరియు ఖర్చులను అర్థం చేసుకోవడానికి. ఇది ఒక ముఖ్యమైన ప్రక్రియ, ఎందుకంటే ఇది ఒక నిర్ణయం తీసుకునే ముందు మీకు సమగ్రమైన చిత్రాన్ని అందిస్తుంది.

డ్యూ డిలిజెన్స్‌లో సాధారణంగా క్రింది అంశాలు ఉంటాయి:

- పైనాన్షియల్ అనాలిసిస్: వ్యాపారం యొక్క ఆర్థిక ఆరోగ్యాన్ని అంచనా వేయడం. ఇందులో ఆర్థిక స్థితిని పరిశీలించడం, ఆదాయాలు మరియు ఖర్చులను అంచనా వేయడం మరియు రుణాలు మరియు బాధ్యతలను పరిగణనలోకి తీసుకోవడం వంటివి ఉంటాయి.

- లీగల్ అనాలిసిస్: వ్యాపారంపై ఆధిపత్యం చెలాయించే చట్టాలను అర్థం చేసుకోవడం. ఇందులో వ్యాపారం యొక్క పరిధి, పరిమితులు మరియు రిస్క్‌లను అంచనా వేయడం వంటివి ఉంటాయి.

- ఆపరేషనల్ అనాలిసిస్: వ్యాపారం ఎలా పని చేస్తుందో అర్థం చేసుకోవడం. ఇందులో వ్యాపార ప్రక్రియలు, ఉత్పత్తులు లేదా సేవలు మరియు ఉద్యోగుల మద్దతును పరిశీలించడం వంటివి ఉంటాయి.

డ్యూ డిలిజెన్స్‌ను నిర్వహించడానికి వివిధ పద్ధతులు ఉన్నాయి. సాధారణంగా, ఒక డ్యూ డిలిజెన్స్ టీమ్‌ను ఏర్పాటు

చేస్తారు, ఇందులో న్యాయవాదులు, ఫైనాన్షియల్ అనాలిస్ట్‌లు మరియు ఇతర నిపుణులు ఉంటారు. టీమ్ వ్యాపారం యొక్క రికార్డులను పరిశీలిస్తుంది, ఇంటర్వ్యూలను నిర్వహిస్తుంది మరియు ఇతర పరిశోధనలను నిర్వహిస్తుంది.

డ్యూ డిలిజెన్స్ అనేది ఒక సమయం మరియు డబ్బు ఖర్చుతో కూడుకున్న ప్రక్రియ, అయితే ఇది చాలా ముఖ్యం. డ్యూ డిలిజెన్స్ చేయకుండా ఒక నిర్ణయం తీసుకుంటే, మీరు దాచిన ఖర్చులు లేదా రిస్కుల గురించి తెలియకుండా ఉండవచ్చు. ఇది మీకు ఆర్థిక నష్టం లేదా ఇతర సమస్యలకు దారితీయవచ్చు.

Chapter 3: The Renovation Reimagined: Maximizing Value through Smart Improvements

అధ్యాయం 3: పునర్నిర్మాణం పునర్నిర్మించబడింది: స్మార్ట్ మెరుగుదలల ద్వారా విలువను పెంచడం

పునర్నిర్మాణ లక్ష్యాలను సెట్ చేయడం: ROIని మార్కెటబిలిటీతో సమతుల్యం చేయడం

పునర్నిర్మాణం అనేది ఒక వ్యాపారం లేదా సంస్థ తన సాంకేతికత, ప్రక్రియలు లేదా వ్యవస్థలను మెరుగుపరచడానికి చేసే ప్రక్రియ. ఇది ఒక ముఖ్యమైన నిర్ణయం, ఎందుకంటే ఇది భారీ మొత్తంలో పెట్టుబడిని కలిగి ఉంటుంది మరియు వ్యాపారం యొక్క దీర్ఘకాలిక విజయాన్ని ప్రభావితం చేయగలదు.

పునర్నిర్మాణ లక్ష్యాలను సెట్ చేయడం ఈ ప్రక్రియలో చాలా ముఖ్యమైన దశ. లక్ష్యాలు మీరు ఏమి సాధించాలనుకుంటున్నారో మరియు మీరు పునర్నిర్మాణం నుండి ఏమి రాబడిని ఆశిస్తున్నారో నిర్వచించడంలో మీకు సహాయపడతాయి.

ROIని మార్కెటబిలిటీతో సమతుల్యం చేయడం

పునర్నిర్మాణం యొక్క రెండు ప్రధాన లక్ష్యాలు ROI మరియు మార్కెటబిలిటీ. ROI అనేది మీ పెట్టుబడి నుండి రాబడిని కొలుస్తుంది, మరియు మార్కెటబిలిటీ అనేది మీ వ్యాపారం లేదా సంస్థను పోటీదారుల కంటే మెరుగ్గా చేయగల సామర్థ్యాన్ని కొలుస్తుంది.

ఈ రెండు లక్ష్యాలను సమతుల్యం చేయడం ముఖ్యం. మీరు ROIని చాలా ఎక్కువగా దృష్టి పెడితే, మీరు మార్కెట్‌లో మీ స్థానాన్ని మెరుగుపరచడానికి అవసరమైన కొన్ని లక్షణాలను మానుకోవచ్చు. మీరు మార్కెటబిలిటీని చాలా ఎక్కువగా దృష్టి పెడితే, మీరు ROIని సాధించడానికి అవసరమైన ఆర్థిక లాభాలను పొందలేకపోవచ్చు.

పునర్నిర్మాణ లక్ష్యాలను సెట్ చేయడానికి చిట్కాలు

పునర్నిర్మాణ లక్ష్యాలను సెట్ చేయడానికి, మీరు ఈ క్రింది అంశాలను పరిగణనలోకి తీసుకోవాలి:

- మీ వ్యాపారం లేదా సంస్థ యొక్క అవసరాలు: మీరు పునర్నిర్మాణం ద్వారా ఏమి సాధించాలనుకుంటున్నారు? మీరు మీ వ్యాపారం యొక్క ఆర్థిక పనితీరును మెరుగుపరచాలనుకుంటున్నారా? మీరు మీ ఉత్పత్తులు లేదా సేవలను మెరుగుపరచాలనుకుంటున్నారా? మీరు మీ వ్యాపారాన్ని మరింత సమర్థవంతంగా చేయాలనుకుంటున్నారా?

- మీ పోటీదారులు: మీ పోటీదారులు ఏమి చేస్తున్నారు? మీరు వారి నుండి ముందున్నారా? మీరు వారితో పోటీ పడటానికి మీరు మీ వ్యాపారాన్ని ఎలా మెరుగుపరచాలి?

బడ్జెట్ ప్లానింగ్ మరియు కాస్ట్ కంట్రోల్: పునర్నిర్మాణ బ్లోఅవుట్లను నివారించడం

పునర్నిర్మాణం అనేది ఒక ఖరీదైన ప్రక్రియ. ప్రణాళికాబద్ధమైన బడ్జెట్ మరియు నిర్దిష్టమైన కాస్ట్ కంట్రోల్ లేకుండా, పునర్నిర్మాణం ఊహించిన దానికంటే ఎక్కువ ఖర్చు అవుతుంది. ఇది పునర్నిర్మాణ బ్లోఅవుట్కు దారితీస్తుంది, ఇది పునర్నిర్మాణ యజమాని లేదా నిర్మాణ సంస్థకు ఆర్థికంగా నాశనం కలిగిస్తుంది.

బడ్జెట్ ప్లానింగ్ మరియు కాస్ట్ కంట్రోల్ పునర్నిర్మాణ బ్లోఅవుట్లను నివారించడంలో ముఖ్యమైన పాత్ర పోషిస్తాయి. బడ్జెట్ ప్లానింగ్ అనేది పునర్నిర్మాణం కోసం అవసరమైన అన్ని ఖర్చులను నిర్ణయించే ప్రక్రియ. కాస్ట్ కంట్రోల్ అనేది పునర్నిర్మాణ ప్రక్రియలో ఖర్చులను నిర్వహించే ప్రక్రియ.

బడ్జెట్ ప్లానింగ్

పునర్నిర్మాణ బడ్జెట్ను రూపొందించడానికి, మొదట పునర్నిర్మాణం యొక్క లక్ష్యాలను నిర్వచించాలి. పునర్నిర్మాణం ఏమి చేయాలి? దీనిని ఎలా చేయాలి? దీనికి ఎంత ఖర్చు అవుతుంది? ఈ ప్రశ్నలకు సమాధానాలు ఇవ్వడం ద్వారా, మీరు పునర్నిర్మాణానికి అవసరమైన అన్ని ఖర్చులను నిర్ణయించవచ్చు.

పునర్నిర్మాణ ఖర్చులను నిర్ణయించడానికి, మీరు క్రింది అంశాలను పరిగణించాలి:

- భూమి ఖర్చు
- నిర్మాణ సామగ్రి ఖర్చు

- నిర్మాణ కార్మికుల ఖర్చు
- ఇతర ఖర్చులు
  (ఉదాహరణకు, లైసెన్సులు, పన్నులు, ఇన్సూరెన్స్)

పునర్నిర్మాణ బడ్జెట్‌ను రూపొందించడానికి, మీరు ఒక నిపుణుడి సహాయం తీసుకోవడం మంచిది. నిపుణుడు మీకు పునర్నిర్మాణం కోసం అవసరమైన అన్ని ఖర్చులను నిర్ణయించడంలో సహాయం చేస్తారు.

కాస్ట్ కంట్రోల్

పునర్నిర్మాణ బడ్జెట్‌ను రూపొందించిన తర్వాత, దానిని నిర్వహించడం ముఖ్యం. కాస్ట్ కంట్రోల్ అనేది పునర్నిర్మాణ ప్రక్రియలో ఖర్చులను నిర్వహించే ప్రక్రియ.

కాస్ట్ కంట్రోల్‌ను నిర్వహించడానికి, మీరు క్రింది అంశాలను చేయాలి:

- పునర్నిర్మాణ ఖర్చులను నిరంతరం ట్రాక్ చేయండి.
- ఖర్చులలో ఏవైనా ముఖ్యమైన మార్పులను గుర్తించండి.
- అవసరమైతే, పునర్నిర్మాణ ప్రణాళికను సర్దుబాటు చేయండి.

ప్రాజెక్ట్ మేనేజ్‌మెంట్ 101: సామర్థ్యానికి పునర్నిర్మాణ ప్రక్రియను సరళీకృతం చేయడం

ప్రాచీనత నుండి, మానవులు తమ ఆవాసాలను మెరుగుపరచడానికి మరియు వాటిని మరింత స్థిరంగా మరియు శక్తివంతంగా చేయడానికి పునర్నిర్మాణాన్ని ఉపయోగించారు. పునర్నిర్మాణం అనేది ఒక క్లిష్టమైన ప్రక్రియ, ఇది ప్రణాళిక, నిర్వహణ మరియు సమన్వయం అవసరం. పునర్నిర్మాణ ప్రక్రియను సరళీకృతం చేయడం ద్వారా, మీరు మీ పునర్నిర్మాణాన్ని సమయానికి మరియు బడ్జెట్‌లో పూర్తి చేయడానికి మరియు మీ లక్ష్యాలను సాధించడానికి మరింత అవకాశం ఉంది.

ఈ వ్యాసం ప్రాజెక్ట్ మేనేజ్‌మెంట్ 101గా పరిగణించబడుతుంది, ఇది సామర్థ్యానికి పునర్నిర్మాణ ప్రక్రియను సరళీకృతం చేయడానికి మీకు సహాయపడుతుంది. మేము పునర్నిర్మాణ ప్రక్రియ యొక్క ప్రాథమిక అంశాలను చర్చిస్తాము, మరియు మీ ప్రాజెక్ట్‌ను విజయవంతంగా పూర్తి చేయడానికి మీరు క్రమం తప్పకుండా అనుసరించగల కొన్ని సాధారణ సలహాలను అందిస్తాము.

పునర్నిర్మాణ ప్రక్రియ

పునర్నిర్మాణ ప్రక్రియ అనేది ఒక స్పష్టమైన ప్రారంభం మరియు ముగింపుతో ఉన్న ఒక సిస్టమిక్ ప్రక్రియ. ప్రక్రియ యొక్క ప్రధాన దశలు క్రిందివి:

- ప్రణాళిక: ఈ దశలో, మీరు మీ పునర్నిర్మాణ లక్ష్యాలను నిర్వచించాలి మరియు వాటిని సాధించడానికి మీరు ఏమి చేయాలో ప్రణాళిక చేయాలి. మీరు మీ

పునర్నిర్మాణ బడ్జెట్‌ను రూపొందించాలి మరియు మీ పునర్నిర్మాణ ప్రణాళికను అమలు చేయడానికి మీరు ఉపయోగించే వనరులను నిర్ణయించాలి.

- నిర్వహణ: ఈ దశలో, మీరు మీ పునర్నిర్మాణ ప్రణాళికను అమలు చేయాలి మరియు ప్రగతిని ట్రాక్ చేయాలి. మీరు అవసరమైనప్పుడు మార్పులు చేయడానికి సిద్ధంగా ఉండాలి.

- ముగింపు: ఈ దశలో, మీరు మీ పునర్నిర్మాణాన్ని పూర్తి చేయాలి మరియు దానిని మీ అవసరాలను తీర్చడానికి సరిపోతుందని నిర్ధారించుకోవాలి.

స్మార్ట్ పునర్నిర్మాణాల కోసం ఇన్‌సైడర్ సీక్రెట్స్: బడ్జెట్‌లో హై-ఇంపాక్ట్ మెరుగుదేలలు

పునర్నిర్మాణం అనేది ఒక ఖరీదైన ప్రక్రియ. ప్రణాళికాబద్ధమైన మరియు ఖచ్చితమైన పునర్నిర్మాణ ప్రణాళిక లేకుండా, పునర్నిర్మాణం ఊహించిన దానికంటే ఎక్కువ ఖర్చు అవుతుంది. ఇది పునర్నిర్మాణ యజమాని లేదా నిర్మాణ సంస్థకు ఆర్థికంగా నాశనం కలిగిస్తుంది.

అయితే, కొన్ని సాధారణ సూత్రాలను అనుసరించడం ద్వారా, మీరు మీ పునర్నిర్మాణాన్ని బడ్జెట్‌లో మరియు సమయానికి పూర్తి చేయడానికి మరియు మీ లక్ష్యాలను సాధించడానికి మరింత అవకాశం ఉంది.

ఇక్కడ కొన్ని ఇన్‌సైడర్ సీక్రెట్స్ ఉన్నాయి:

- మీ లక్ష్యాలను స్పష్టంగా నిర్వచించండి: మీరు పునర్నిర్మాణం నుండి ఏమి సాధించాలనుకుంటున్నారో స్పష్టంగా తెలుసుకోండి. మీరు మీ సౌకర్యాన్ని మెరుగుపరచాలనుకుంటున్నారా, మీ శక్తి సామర్థ్యాన్ని మెరుగుపరచాలనుకుంటున్నారా లేదా మీ ఆస్తి విలువను పెంచాలనుకుంటున్నారా? మీ లక్ష్యాలను స్పష్టంగా నిర్వచించడం ద్వారా, మీరు మీ పునర్నిర్మాణ ప్రణాళికను మరింత సమర్థవంతంగా చేయగలరు.

- మీ ఎంపికలను పరిశోధించండి: మీ లక్ష్యాలను సాధించడానికి అనేక మార్గాలు ఉన్నాయి. మీకు అందుబాటులో ఉన్న అన్ని ఎంపికలను పరిశోధించండి మరియు మీకు ఉత్తమమైనది ఏమిటో

నిర్ణయించండి. మీరు నిపుణుల సలహా తీసుకోవడం కూడా మంచిది.

- బడ్జెట్‌ను రూపొందించండి: మీ పునర్నిర్మాణ ప్రణాళికలో ఖర్చులను పరిగణనలోకి తీసుకోవడం చాలా ముఖ్యం. మీరు మీ బడ్జెట్‌ను ఖచ్చితంగా తెలుసుకుంటే, మీరు మీ పునర్నిర్మాణాన్ని బడ్జెట్‌లో ఉంచడానికి మరింత అవకాశం ఉంటుంది.

- పునర్నిర్మాణ ప్రణాళికను రూపొందించండి: మీ లక్ష్యాలను, ఎంపికలను మరియు బడ్జెట్‌ను పరిగణనలోకి తీసుకుని, మీ పునర్నిర్మాణ ప్రణాళికను రూపొందించండి. మీ ప్రణాళికలో మీ పునర్నిర్మాణాన్ని ఎప్పుడు పూర్తి చేయాలనుకుంటున్నారో, ఏ పనులను చేయాలో మరియు ఎవరు వాటిని చేయాలో స్పష్టంగా నిర్వచించండి.

ట్రెండింగ్ డిజైన్ మరియు టెక్నాలజీ: ఆధునిక ఫీచర్ల ద్వారా విలువను జోడించడం

డిజైన్ మరియు టెక్నాలజీ రెండూ కలిసి మన చుట్టూ ఉన్న ప్రపంచాన్ని మార్చడంలో ముఖ్యమైన పాత్ర పోషిస్తున్నాయి. డిజైన్ మనకు మరింత సౌకర్యవంతమైన, ఆహ్లాదకరమైన మరియు సమర్థవంతమైన అనుభవాన్ని అందిస్తుంది, అయితే టెక్నాలజీ మనకు కొత్త సామర్థ్యాలను మరియు అవకాశాలను తెరుస్తుంది.

ఈ రెండు శక్తులను కలిసి ఉపయోగించడం ద్వారా, మనం మరింత మెరుగైన మరియు సమర్థవంతమైన ఉత్పత్తులు, సేవలు మరియు అనుభవాలను రూపొందించవచ్చు. ఆధునిక ఫీచర్లను ఉపయోగించడం ద్వారా, మనం డిజైన్‌కు విలువను జోడించవచ్చు మరియు వినియోగదారులకు మరింత ప్రయోజనకరమైన మరియు ఆనందించే అనుభవాన్ని అందించవచ్చు.

ఆధునిక ఫీచర్ల ద్వారా విలువను జోడించడానికి కొన్ని మార్గాలు ఇక్కడ ఉన్నాయి:

- సౌకర్యం మరియు కార్యాచరణను మెరుగుపరచండి. ఆధునిక ఫీచర్లు ఉపయోగదారులకు వారి ఉత్పత్తులు లేదా సేవలను మరింత సులభంగా మరియు సమర్థవంతంగా ఉపయోగించడంలో సహాయపడతాయి. ఉదాహరణకు, ఆటోమేషన్, శక్తి కార్యాచరణ మరియు స్మార్ట్ ఫీచర్‌లు అన్నింటినీ వినియోగదారుల అనుభవాన్ని మెరుగుపరచడానికి ఉపయోగించవచ్చు.

- సృజనాత్మకతను ప్రోత్సహించండి. ఆధునిక ఫీచర్లు ఉపయోగదారులకు వారి స్వంత ప్రత్యేకమైన అనుభవాలను సృష్టించడానికి అనుమతిస్తాయి. ఉదాహరణకు, మోడ్యూలర్ డిజైన్, వ్యక్తిగతీకరణ మరియు కస్టమైజేషన్ ఫీచర్‌లు అన్నింటినీ ఉపయోగదారులకు వారి ఉత్పత్తులు లేదా సేవలను వారి స్వంత అవసరాలకు అనుగుణంగా సర్దుబాటు చేయడానికి అనుమతిస్తాయి.

- సంబంధాన్ని పెంచండి. ఆధునిక ఫీచర్లు ఉపయోగదారులకు వారి ఉత్పత్తులు లేదా సేవలతో మరింత లోతైన సంబంధాన్ని ఏర్పరచుకోవడంలో సహాయపడతాయి. ఉదాహరణకు, నేటివ్ యాప్‌లు, సోషల్ మీడియా ఇంటర్‌యాక్షన్‌లు మరియు ఉపయోగదారు-జనరేటెడ్ కంటెంట్ అన్నింటినీ ఉపయోగదారులకు వారి ఉత్పత్తులు లేదా సేవలతో మరింత మార్గంలో సంబంధాన్ని ఏర్పరచుకోవడానికి అనుమతిస్తాయి.

Chapter 4: Marketing and Selling for Maximum Profit

అధ్యాయం 4: గరిష్ట లాభం కోసం మార్కెటింగ్ మరియు అమ్మకం

పర్ఫెక్ట్ ఫ్లిప్ను స్టేజింగ్ చేయడం: ఇల్లు పరిపూర్ణంగా కనబడేలా చేయడం

ఫ్లిప్ ఇల్లు కొనడం, దానిని పునరుద్ధరించడం మరియు తక్కువ కాలంలో అధిక లాభంతో విక్రయించడం గురించి. ఫ్లిప్ను విజయవంతం చేయడానికి అనేక అంశాలు ముఖ్యమైనవి, వాటిలో ఒకటి స్టేజింగ్. స్టేజింగ్ అనేది ఇల్లు పరిపూర్ణంగా కనబడేలా చేయడం. ఇది ఒక ముఖ్యమైన మార్కెటింగ్ సాధనం, ఇది ఫ్లిప్ను అత్యధిక ధరకు విక్రయించడంలో సహాయపడుతుంది.

స్టేజింగ్ యొక్క ప్రయోజనాలు

స్టేజింగ్ ఫ్లిప్కు అనేక ప్రయోజనాలను అందిస్తుంది. ఇది:

- ఇల్లు పెద్దది మరియు ప్రకాశవంతంగా కనబడేలా చేస్తుంది.

- ఇల్లు ఖాళీగా మరియు ఆకర్షణీయంగా కనబడేలా చేస్తుంది.

- ఇల్లు నివాసయోగ్యంగా మరియు ఆహ్లాదకరంగా కనబడేలా చేస్తుంది.

- కొనుగోలుదారులను ఇల్లుపై మరింత ఆసక్తి కలిగిస్తుంది.

- ఫ్లిప్‌ను అధిక ధరకు విక్రయించడంలో సహాయపడుతుంది.

స్టేజింగ్ కోసం చిట్కాలు

స్టేజింగ్ కోసం అనేక చిట్కాలు ఉన్నాయి. వాటిలో కొన్ని:

- ఇల్లు ఖాళీగా ఉంచండి. ఫ్లిప్‌లో మీరు ఉపయోగించని వస్తువులన్నీ తొలగించండి. ఇది ఇల్లు మరింత పెద్దదిగా మరియు ప్రకాశవంతంగా కనబడేలా చేస్తుంది.

- నేల శుభ్రంగా ఉంచండి. నేల శుభ్రంగా మరియు మెరుస్తూ ఉండేలా చూసుకోండి. ఇది ఇల్లు ఆకర్షణీయంగా కనబడేలా చేస్తుంది.

- వస్తువులను సరిగ్గా ఉంచండి. వస్తువులను సరిగ్గా ఉంచడం వల్ల ఇల్లు నిర్వహించడానికి సులభంగా మరియు ఆహ్లాదకరంగా ఉంటుంది.

- వెలుతురును ఉపయోగించండి. వెలుతురును ఉపయోగించడం వల్ల ఇల్లు పెద్దదిగా మరియు ప్రకాశవంతంగా కనబడేలా చేస్తుంది.

- రంగులను ఉపయోగించండి. రంగులను ఉపయోగించడం వల్ల ఇల్లు ఆకర్షణీయంగా మరియు ఆహ్లాదకరంగా కనబడేలా చేస్తుంది.

- తేలికపాటి వస్తువులను ఉపయోగించండి. తేలికపాటి వస్తువులను ఉపయోగించడం వల్ల ఇల్లు పెద్దదిగా మరియు ప్రకాశవంతంగా కనబడేలా చేస్తుంది.

- సువాసనను ఉపయోగించండి. సువాసనను ఉపయోగించడం వల్ల ఇల్లు ఆహ్లాదకరంగా మరియు ఆకర్షణీయంగా కనబడేలా చేస్తుంది.

ఆకర్షణీయమైన లిస్టింగ్ వ్యూహాలు: పోటీ మార్కెట్‌లో సరైన కొనుగోలుదారులను ఆకర్షించే ట్రిక్స్

ఇల్లు విక్రయించడం ఒక ముఖ్యమైన నిర్ణయం. మీరు మీ ఇల్లు ఎంత త్వరగా మరియు ఎంత ఎక్కువ ధరకు విక్రయించాలనుకుంటున్నారో దానిపై మీ లిస్టింగ్ వ్యూహం ప్రభావం చూపుతుంది. పోటీ మార్కెట్‌లో, మీ ఇల్లు గుర్తించబడటానికి మరియు సరైన కొనుగోలుదారులను ఆకర్షించడానికి మీరు మీ లిస్టింగ్‌ను ఆకర్షణీయంగా చేయడం చాలా ముఖ్యం.

ఆకర్షణీయమైన లిస్టింగ్‌ను సృష్టించడానికి కొన్ని చిట్కాలు ఇక్కడ ఉన్నాయి:

- క్లీన్ మరియు ఆకర్షణీయంగా ఉంచండి: మీ ఇల్లు శుభ్రంగా మరియు ఆకర్షణీయంగా ఉందని నిర్ధారించుకోండి. అదనపు వస్తువులన్నీ తొలగించండి మరియు ప్రతిదీ స్థిరంగా ఉంచండి.

- వెలుతురును ఉపయోగించండి: వెలుతురు అనేది మీ ఇల్లు ఎంత పెద్దదిగా మరియు ఆహ్లాదకరంగా కనబడుతుందో నిర్ణయించడంలో ఒక ప్రధాన పాత్ర పోషిస్తుంది. ప్రతి గదిలోకి సహజ వెలుతురు ప్రవేశించేలా చూసుకోండి మరియు అవసరమైతే కృత్రిమ వెలుతురును జోడించండి.

- రంగులను ఉపయోగించండి: రంగులు మీ ఇల్లు ఎంత ఆకర్షణీయంగా కనబడుతుందో నిర్ణయించడంలో కూడా ఒక పాత్ర పోషిస్తాయి. ఉత్తేజకరమైన లేదా ఒత్తిడి కలిగించే రంగులను నివారించండి మరియు మరింత

సౌకర్యవంతమైన మరియు ఆహ్లాదకరమైన భావాలను సృష్టించే రంగులను ఉపయోగించండి.

- ఫోటోలు మరియు వీడియోలను ఉపయోగించండి: మీ ఇల్లు యొక్క నాణ్యమైన ఫోటోలు మరియు వీడియోలు మీ లిస్టింగ్‌ను ఆకర్షణీయంగా మరియు సమాచారంగా చేయడంలో సహాయపడతాయి. ప్రతి గది యొక్క వివరణాత్మక చిత్రాలను అందించండి మరియు ఇల్లు యొక్క ప్రత్యేక లక్షణాలను హైలైట్ చేయండి.
- సరైన ధరను నిర్ణయించండి: మీ ఇంటి యొక్క ధర మార్కెట్‌లోని ఇతర ఇళ్ల ధరలతో పోల్చబడుతుంది. మీరు మీ ఇంటిని త్వరగా మరియు సమర్థవంతంగా విక్రయించాలనుకుంటే, మీరు మార్కెట్‌లోని ఇతర ఇళ్ల ధరలను పరిగణనలోకి తీసుకోవాలి.

లాభం కోసం ధర నిర్ణయం: త్వరగా అమ్మడం మరియు లాభం మధ్య సరైన ధర పెట్టడం

పరిచయం

లాభం కోసం ధర నిర్ణయం అనేది ఏదైనా వ్యాపారం లేదా వ్యాపారంలో ఒక ముఖ్యమైన అంశం. ఒక వస్తువు లేదా సేవను ఎంత ధరకు అమ్మాలనేది నిర్ణయించడం ద్వారా, వ్యాపారవేత్తలు వారి లాభాలను గణనీయంగా పెంచుకోవచ్చు లేదా తగ్గించవచ్చు.

లాభం కోసం ధర నిర్ణయించేటప్పుడు, వ్యాపారవేత్తలు పరిగణించవలసిన అనేక అంశాలు ఉన్నాయి. వీటిలో ఉత్పత్తి లేదా సేవ యొక్క ఖర్చులు, పోటీ, మార్కెట్ డిమాండ్ మరియు లాభం లక్ష్యాలు ఉన్నాయి.

ఈ వ్యాసం లాభం కోసం ధర నిర్ణయం యొక్క వివిధ అంశాలను చర్చిస్తుంది. ఇది వ్యాపారవేత్తలు తమ వస్తువులు లేదా సేవల కోసం సరైన ధరను ఎలా నిర్ణయించాలో తెలుసుకోవడంలో సహాయపడుతుంది.

ఉత్పత్తి లేదా సేవ యొక్క ఖర్చులు

లాభం కోసం ధర నిర్ణయించేటప్పుడు, వ్యాపారవేత్తలు తొలుత తమ ఉత్పత్తి లేదా సేవ యొక్క ఖర్చులను పరిగణించాలి. ఈ ఖర్చులలో కనీస వస్తువు లేదా సేవ యొక్క ఖర్చు, ఉత్పత్తి లేదా సేవను అందించడానికి అవసరమైన శ్రమ మరియు పెట్టుబడుల ఖర్చు మరియు ఇతర ఖర్చులు ఉన్నాయి.

ఉత్పత్తి లేదా సేవ యొక్క ఖర్చులను తగ్గించడం ద్వారా, వ్యాపారవేత్తలు తమ లాభాలను పెంచుకోవచ్చు. ఉదాహరణకు, ఒక వ్యాపారం తన ఉత్పత్తిని తయారు చేయడానికి ఉపయోగించే పదార్థాల ఖర్చులను తగ్గించగలిగితే, అది తన ఉత్పత్తిని ఎక్కువ లాభంతో అమ్మగలదు.

పోటీ

పోటీ అనేది లాభం కోసం ధర నిర్ణయించే మరొక ముఖ్యమైన అంశం. ఒక వ్యాపారం ఇతర వ్యాపారాలతో పోటీ చేస్తున్నప్పుడు, అది తన ఉత్పత్తి లేదా సేవను అదే ధరకు లేదా అంతకంటే తక్కువ ధరకు అమ్మవలసి ఉంటుంది.

పోటీని అధిగమించడానికి, వ్యాపారవేత్తలు తమ ఉత్పత్తి లేదా సేవను భిన్నంగా చేయడానికి ప్రయత్నించవచ్చు. ఉదాహరణకు, వారు మెరుగైన నాణ్యత, మరింత పనితీరు లేదా మరింత పరిశోధన మరియు అభివృద్ధిని కలిగి ఉన్న ఉత్పత్తిని అందించవచ్చు.

ఫ్లిప్పర్ల కోసం చర్చా వ్యూహాలు: డీల్ పూర్తి చేసేటప్పుడు ఎక్కువ లాభం పొందే పద్ధతులు

పరిచయం

ఫ్లిప్పింగ్ అనేది ఒక వస్తువును తక్కువ ధరకు కొనుగోలు చేసి, దానిని ఎక్కువ ధరకు అమ్మడం ద్వారా లాభం పొందే ప్రక్రియ. ఫ్లిప్పర్లు తరచుగా దుస్తులు, ఇళ్ల సామగ్రి, విద్యుత్ పరికరాలు, లేదా ఇతర వస్తువులను ఫ్లిప్ చేస్తారు.

ఫ్లిప్పింగ్‌లో విజయం సాధించడానికి, ఫ్లిప్పర్లు తమ వస్తువులను ఎంత ధరకు అమ్మాలనే దానిపై బలమైన అవగాహన కలిగి ఉండాలి. వారు సరైన ధరను నిర్ణయించడానికి, వారు మార్కెట్ డిమాండ్, పోటీ మరియు తమ వస్తువుల యొక్క నాణ్యతను పరిగణించాలి.

ఈ వ్యాసం ఫ్లిప్పర్ల కోసం చర్చా వ్యూహాలను చర్చిస్తుంది. ఇది ఫ్లిప్పర్లు డీల్ పూర్తి చేసేటప్పుడు ఎక్కువ లాభం పొందడంలో సహాయపడే పద్ధతులను అందిస్తుంది.

చర్చా వ్యూహాలు

ఫ్లిప్పర్లు డీల్ పూర్తి చేసేటప్పుడు ఉపయోగించగల అనేక చర్చా వ్యూహాలు ఉన్నాయి. కొన్ని సాధారణ వ్యూహాలు ఇక్కడ ఉన్నాయి:

- మీ ధరను ముందుగానే తెలియజేయండి. ఇది లావాదేవీని వేగవంతం చేయడంలో సహాయపడుతుంది మరియు మీరు డీల్‌ను కోల్పోయే అవకాశాన్ని తగ్గిస్తుంది.

- మీ ధరను బలంగా ఉంచండి. మీరు మీ ధరను తగ్గించడానికి ఇష్టపడకపోతే, దానిని ముందుగానే తెలియజేయండి.

- మీ వస్తువు యొక్క విలువను నొక్కి చెప్పండి. మీ వస్తువు ఎందుకు విలువైనదో మరియు మీరు ఎందుకు అలాంటి ధరను కోరుతున్నారో వివరించండి.

- మీరు డీల్‌ను చేయడానికి ఇష్టపడటానికి కారణాలను అందించండి. మీరు డీల్‌ను ఎందుకు మంచిదిగా భావిస్తున్నారో వివరించండి.

- ఒక స్థానం తీసుకోండి మరియు దానిపై నిలబడండి. మీరు ఏమి కోరుకుంటున్నారో మీకు తెలిస్తే, దానిపై నిలబడటానికి సిద్ధంగా ఉండండి.

ప్రాక్టికల్ చిట్కాలు

ఫ్లిప్పింగ్‌లో విజయం సాధించడానికి, మీరు చర్చా వ్యూహాలను అభ్యాసం చేయడం చాలా ముఖ్యం. మీరు మీ స్నేహితులు లేదా కుటుంబ సభ్యులతో ప్రాక్టీస్ చేయవచ్చు లేదా ఆన్‌లైన్‌లో ఫ్లిప్పింగ్ కోసం చర్చా వ్యాయామాలను కనుగొనవచ్చు.

నిష్క్రమణ వ్యూహాలు: ఫ్లిప్ చేసిన ఇల్లు అమ్మడానికి ఉత్తమమైన మార్గం ఎంచుకోవడం

పరిచయం

ఫ్లిప్ చేసిన ఇల్లు అమ్మడం అనేది ఒక లాభదాయకమైన వ్యాపారం కావచ్చు, కానీ దాని కోసం తగిన నిష్క్రమణ వ్యూహాన్ని ఎంచుకోవడం ముఖ్యం. మీరు మీ ఇంటిని ఎలా అమ్ముతున్నారో మీ నిర్ణయం మీ లాభాలపై గణనీయమైన ప్రభావాన్ని చూపుతుంది.

ఈ వ్యాసం ఫ్లిప్ చేసిన ఇల్లు అమ్మడానికి అందుబాటులో ఉన్న వివిధ నిష్క్రమణ వ్యూహాలను చర్చిస్తుంది. ఇది మీకు మీ అవసరాలు మరియు లక్ష్యాలకు సరిపోయే ఉత్తమమైన వ్యూహాన్ని ఎంచుకోవడంలో సహాయపడుతుంది.

ఫ్లిప్ చేసిన ఇల్లు అమ్మడానికి నిష్క్రమణ వ్యూహాలు

ఫ్లిప్ చేసిన ఇల్లు అమ్మడానికి అందుబాటులో ఉన్న కొన్ని ప్రధాన నిష్క్రమణ వ్యూహాలు ఇక్కడ ఉన్నాయి:

- గృహ విక్రేత: మీరు మీ ఇంటిని మీ స్వంతంగా అమ్ముతారు. ఇది తక్కువ ఖర్చుతో కూడుకున్నది, కానీ ఇది సమయం మరియు కృషిని కూడా తీసుకుంటుంది.
- రియల్ ఎస్టేట్ ఏజెంట్: మీరు మీ ఇంటిని రియల్ ఎస్టేట్ ఏజెంట్‌కు అమ్ముతారు. ఇది మీకు మరింత సౌకర్యవంతమైన మార్గం, కానీ ఇది రియల్ ఎస్టేట్ ఏజెంట్‌కు కమీషన్‌ను చెల్లించడం అవసరం.

- ఆన్లైన్ ద్వారా అమ్మడం: మీరు మీ ఇంటిని ఆన్లైన్లో అమ్ముతారు, ఉదాహరణకు Zillow లేదా Redfin వంటి వెబ్సైట్ల ద్వారా. ఇది మీ ఇంటిని ప్రపంచవ్యాప్తంగా ప్రజలకు అందుబాటులో ఉంచడానికి ఒక మార్గం, కానీ ఇది మీకు మరింత పనిని కూడా కలిగిస్తుంది.

మీకు సరైన నిష్క్రమణ వ్యూహం ఎంచుకోవడం

మీకు సరైన నిష్క్రమణ వ్యూహం ఎంచుకోవడానికి, మీరు కింది అంశాలను పరిగణించాలి:

- మీ సమయం మరియు కృషి: మీరు మీ ఇంటిని మీ స్వంతంగా అమ్మడానికి సమయం మరియు కృషి కేటాయించగలరా?

- మీ నిధులు: మీరు రియల్ ఎస్టేట్ ఏజెంట్కు కమీషన్ చెల్లించడానికి సిద్ధంగా ఉన్నారా?

- మీ లక్ష్యాలు: మీరు మీ ఇంటిని ఎంత త్వరగా అమ్మాలనుకుంటున్నారు? మీరు ఎంత లాభం పొందాలనుకుంటున్నారు?

మీరు ఈ అంశాలను పరిగణించిన తర్వాత, మీకు సరైన నిష్క్రమణ వ్యూహం ఎంచుకోవడానికి మీరు మరింత తెలివిగా నిర్ణయం తీసుకోగలరు.

Chapter 5: Flipping Beyond the Basics: Advanced Strategies for Success

అధ్యాయం 5: బ్రెండ్‌లకు అతీతంగా ఫ్లిప్పింగ్: విజయానికి అధునాతన వ్యూహాలు

సృజనాత్మక ఫైనాన్స్ ఎంపికలు: ఫ్లిప్‌ల కోసం నిధులు సమకూర్చడం

పరిచయం

ఫ్లిప్‌లు అనేవి ఒక వస్తువును తక్కువ ధరకు కొనుగోలు చేసి, దానిని ఎక్కువ ధరకు అమ్మడం ద్వారా లాభం పొందే ప్రక్రియ. ఫ్లిప్‌లు చాలా లాభదాయకమైనవి కావచ్చు, కానీ అవి డబ్బును కూడా అవసరం.

ఫ్లిప్‌ల కోసం నిధులు సమకూర్చడానికి అనేక మార్గాలు ఉన్నాయి. కొన్ని సాధారణ మార్గాలు ఇక్కడ ఉన్నాయి:

- మీ స్వంత నిధులు: మీరు మీరు ఫ్లిప్‌ల కోసం నిధులు సమకూర్చడానికి మీ స్వంత డబ్బును ఉపయోగించవచ్చు. ఇది ఉత్తమ ఎంపిక, ఎందుకంటే మీరు ఎటువంటి వడ్డీ లేదా రుణ వ్యయాలను చెల్లించాల్సిన అవసరం లేదు.
- రుణం లేదా బ్యాంక్ లోన్: మీరు మీ ఫ్లిప్‌ల కోసం రుణం లేదా బ్యాంక్ లోన్ పొందవచ్చు. ఇది మీ స్వంత నిధులను ఉపయోగించకుండా ఫ్లిప్‌లలో పెట్టుబడి పెట్టడానికి మీకు అనుమతిస్తుంది.

- పెట్టుబడిదారులు లేదా భాగస్వాములు: మీరు మీ ఫ్లిప్‌లలో పెట్టుబడి పెట్టడానికి పెట్టుబడిదారులు లేదా భాగస్వాములను కనుగొనవచ్చు. ఇది మీకు మరింత నిధులు సమకూర్చడంలో సహాయపడుతుంది, కానీ మీరు మీ లాభాలను పంచుకోవలసి ఉంటుంది.

సృజనాత్మక ఫైనాన్స్ ఎంపికలు

ఈ సాధారణ మార్గాలతో పాటు, మీరు ఫ్లిప్‌ల కోసం నిధులు సమకూర్చడానికి కొన్ని సృజనాత్మక ఎంపికలను కూడా పరిగణించవచ్చు. కొన్ని ఉదాహరణలు ఇక్కడ ఉన్నాయి:

- ఎక్స్ఛేంజ్-ఫర్-వర్క్: మీరు మీ ఫ్లిప్‌లపై పని చేయడానికి ఇతరులకు అవకాశం ఇవ్వడానికి ఎక్స్ఛేంజ్-ఫర్-వర్క్ ఒప్పందను రూపొందించవచ్చు. ఇది మీకు నిధులు సమకూర్చడంలో సహాయపడుతుంది మరియు మీరు మీ ఫ్లిప్‌లను మరింత తక్కువ ధరకు కొనుగోలు చేయడానికి అనుమతిస్తుంది.
- గిఫ్ట్ లేదా ఉత్సాహం: మీరు మీ ఫ్లిప్‌ల కోసం నిధులు సమకూర్చడానికి స్నేహితులు, కుటుంబ సభ్యులు లేదా ఇతర వ్యక్తుల నుండి బహుమతి లేదా ఉత్సాహాన్ని కోరవచ్చు.
- ఫండ్రైజర్ లేదా హోమ్ సేల్: మీరు మీ ఫ్లిప్‌ల కోసం నిధులు సమకూర్చడానికి ఫండ్రైజర్ లేదా హోమ్ సేల్‌ను నిర్వహించవచ్చు.

వాల్యూ ఇంజనీరింగ్: గరిష్ట రాబడి కోసం పునర్నిర్మాణాలను ఆప్టిమైజ్ చేయడం

పరిచయం

వాల్యూ ఇంజనీరింగ్ అనేది ఒక వస్తువు లేదా ఆస్తి యొక్క విలువను పెంచడానికి కృషి చేసే ప్రక్రియ. ఇది పునర్నిర్మాణాలలో సాధారణంగా ఉపయోగించబడుతుంది, ఇక్కడ వాల్యూ ఇంజనీర్లు ఒక ఆస్తిని ఎలా మెరుగుపరచవచ్చో మరియు దాని విలువను ఎలా పెంచవచ్చో నిర్ణయించడానికి పని చేస్తారు.

వాల్యూ ఇంజనీరింగ్ అనేది ఒక లాభదాయకమైన వ్యాపారం కావచ్చు. ఒక ఆస్తిని సరైన మార్గంలో మెరుగుపరచడం ద్వారా, వాల్యూ ఇంజనీర్లు ఆస్తి యొక్క విలువను గణనీయంగా పెంచగలరు.

ఈ వ్యాసం వాల్యూ ఇంజనీరింగ్ యొక్క వివిధ అంశాలను చర్చిస్తుంది. ఇది గరిష్ట రాబడి కోసం పునర్నిర్మాణాలను ఆప్టిమైజ్ చేయడంలో వాల్యూ ఇంజనీర్లకు సహాయపడే పద్ధతులను అందిస్తుంది.

వాల్యూ ఇంజనీరింగ్ ప్రక్రియ

వాల్యూ ఇంజనీరింగ్ ప్రక్రియ కింది దశలను కలిగి ఉంటుంది:

1. అంచనా: మొదట, వాల్యూ ఇంజనీర్లు ఆస్తి యొక్క ప్రస్తుత విలువను అంచనా వేస్తారు. ఇది ఆస్తి యొక్క స్థితి, స్థానం మరియు మార్కెట్ పరిస్థితులను పరిగణనలోకి తీసుకుంటుంది.

2. మెరుగుపరచడం: రెండవ దశలో, వాల్యూ ఇంజనీర్లు ఆస్తిని ఎలా మెరుగుపరచవచ్చో నిర్ణయిస్తారు. ఇది ఆస్తి యొక్క లోపాలను సరిదిద్దడం, దాని లక్షణాలను మెరుగుపరచడం లేదా దానిని మరింత ఆకర్షణీయంగా చేయడం వంటి వాటిని కలిగి ఉండవచ్చు.

3. పునఃఅంచనా: మూడవ దశలో, వాల్యూ ఇంజనీర్లు మెరుగుపరచిన తర్వాత ఆస్తి యొక్క విలువను పునఃఅంచనా వేస్తారు. ఈ విలువ మొదటి అంచనా కంటే ఎక్కువగా ఉంటే, అప్పుడు పునర్నిర్మాణం విజయవంతమైంది.

పునర్నిర్మాణాల కోసం వాల్యూ ఇంజనీరింగ్

పునర్నిర్మాణాల కోసం వాల్యూ ఇంజనీరింగ్ అనేది ఒక శక్తివంతమైన సాధనం. ఇది ఆస్తి యొక్క విలువను గణనీయంగా పెంచగలదు మరియు పునర్నిర్మాణాల నుండి మరింత లాభాన్ని పొందడంలో సహాయపడుతుంది.

రిస్క్ మేనేజ్‌మెంట్ మరియు తగ్గింపు: ఊహించని సమస్యల నుంచి పెట్టుబడిని రక్షించడం

పరిచయం

పెట్టుబడి అనేది ఒక లాభదాయకమైన అవకాశం, కానీ అది కూడా ఒక ప్రమాదం. ఏదైనా పెట్టుబడిలో, ఊహించని సమస్యలు సంభవించే అవకాశం ఉంది, ఇది పెట్టుబడిదారులకు నష్టాన్ని కలిగిస్తుంది.

రిస్క్ మేనేజ్‌మెంట్ అనేది ఈ ప్రమాదాలను నిర్వహించడానికి మరియు తగ్గించడానికి ఉపయోగించే ప్రక్రియ. ఇది పెట్టుబడిదారులకు వారి పెట్టుబడులను మరింత భద్రంగా చేయడంలో సహాయపడుతుంది.

ఈ వ్యాసం రిస్క్ మేనేజ్‌మెంట్ మరియు తగ్గింపు యొక్క వివిధ అంశాలను చర్చిస్తుంది. ఇది ఊహించని సమస్యల నుంచి పెట్టుబడిని రక్షించడంలో సహాయపడే పద్ధతులను అందిస్తుంది.

రిస్క్ మేనేజ్‌మెంట్

రిస్క్ మేనేజ్‌మెంట్ అనేది ఒక ప్రక్రియ, ఇది ఈ క్రింది అంశాలను కలిగి ఉంటుంది:

- రిస్క్ గుర్తింపు: ఏ పెట్టుబడిలో ఏ రకాల ప్రమాదాలు ఉన్నాయో గుర్తించడం.
- రిస్క్ అంచనా: ప్రతి ప్రమాదం యొక్క తీవ్రత మరియు సంభావ్యతను అంచనా వేయడం.

- రిస్క్ తగ్గింపు: ప్రమాదాలను తగ్గించడానికి చర్యలు తీసుకోవడం.

రిస్క్ మేనేజ్మెంట్లో పాల్గొనడానికి అనేక మార్గాలు ఉన్నాయి. కొన్ని సాధారణ పద్ధతులు ఇక్కడ ఉన్నాయి:

- డైవర్సిఫికేషన్: మీ పెట్టుబడులను వివిధ రకాల ఆస్తి తరగతులలో పంచుకోవడం ద్వారా, మీరు ఏదైనా ఒక ఆస్తి తరగతిలో సంభవించే నష్టాల నుండి మిమ్మల్ని రక్షించవచ్చు.

- రిస్క్ మేనేజ్మెంట్ సాధనాలను ఉపయోగించడం: ఫ్యూచర్స్, ఆప్షన్లు మరియు ఇతర రిస్క్ మేనేజ్మెంట్ సాధనాలు మీరు ప్రమాదాలను నిర్వహించడంలో మరింత సమర్థవంతంగా ఉండటంలో సహాయపడతాయి.

- పెట్టుబడి నిర్ణయాలు తీసుకునేటప్పుడు జాగ్రత్తగా ఉండటం: మీరు పెట్టుబడి పెట్టే ముందు, మీరు పరిశోధన చేయడం మరియు మీకు సరిపోయే పెట్టుబడిని ఎంచుకోవడం చాలా ముఖ్యం.

స్థిరమైన ఫ్లిప్పింగ్ వ్యాపారాన్ని నిర్మించడం: ఎక్కువ ఫ్లిప్స్ చేయడానికి కార్యకలాపాలను విస్తరించడం

పరిచయం

ఫ్లిప్పింగ్ అనేది ఒక వస్తువును తక్కువ ధరకు కొనుగోలు చేసి, దానిని ఎక్కువ ధరకు అమ్మడం ద్వారా లాభం పొందే ప్రక్రియ. ఫ్లిప్పింగ్ అనేది ఒక లాభదాయకమైన వ్యాపారం కావచ్చు, కానీ అది విజయవంతం కావడానికి సమయం మరియు కృషి అవసరం.

స్థిరమైన ఫ్లిప్పింగ్ వ్యాపారాన్ని నిర్మించడానికి, మీరు మీ కార్యకలాపాలను విస్తరించాలి. ఇది మీరు ఎక్కువ ఫ్లిప్‌లను చేయడానికి మరియు మీ లాభాలను పెంచడానికి అనుమతిస్తుంది.

కార్యకలాపాలను విస్తరించడానికి మార్గాలు

కార్యకలాపాలను విస్తరించడానికి అనేక మార్గాలు ఉన్నాయి. కొన్ని సాధారణ మార్గాలు ఇక్కడ ఉన్నాయి:

- మరిన్ని వస్తువులను కొనుగోలు చేయండి: మీరు మరింత వస్తువులను కొనుగోలు చేయడం ద్వారా, మీరు మరింత ఫ్లిప్‌లను చేయగలరు.
- మరింత ఖరీదైన వస్తువులను కొనుగోలు చేయండి: మీరు మరింత ఖరీదైన వస్తువులను కొనుగోలు చేయడం ద్వారా, మీరు ప్రతి ఫ్లిప్ నుండి మరింత లాభాన్ని పొందవచ్చు.

- మరింత సమయం మరియు కృషిని పెట్టండి: మీరు మరింత సమయం మరియు కృషిని పెట్టడం ద్వారా, మీరు మరిన్ని ఫ్లిప్‌లను చేయడానికి మరియు మీ లాభాలను పెంచడానికి అవకాశం ఉంది.

మీకు సరిపోయే విస్తరణ మార్గాన్ని ఎంచుకోవడం

మీకు సరిపోయే విస్తరణ మార్గాన్ని ఎంచుకోవడం ముఖ్యం. మీరు మీ లక్ష్యాలు, మీ నిధులు మరియు మీ సమయం మరియు కృషి యొక్క లభ్యతను పరిగణనలోకి తీసుకోవాలి.

మీరు మొదటిసారి ఫ్లిప్పింగ్‌లో ఉన్నట్లయితే, మీరు ముందుగా చిన్న ప్రారంభంతో ప్రారంభించాలి. మీరు మరింత అనుభవం మరియు విజయాన్ని పొందిన తర్వాత, మీరు మీ కార్యకలాపాలను విస్తరించడానికి మరింత సాహసోపేతమైన నిర్ణయాలు తీసుకోవచ్చు.

నైతిక ఫ్లిప్పింగ్: చట్టబట్టలు మరియు సమాజిక పరిగణనలను పాటించడం

పరిచయం

ఫ్లిప్పింగ్ అనేది ఒక వస్తువును తక్కువ ధరకు కొనుగోలు చేసి, దానిని ఎక్కువ ధరకు అమ్మడం ద్వారా లాభం పొందే ప్రక్రియ. ఫ్లిప్పింగ్ అనేది ఒక లాభదాయకమైన వ్యాపారం కావచ్చు, కానీ అది నైతికంగా కూడా ఉండాలి.

నైతిక ఫ్లిప్పింగ్ అనేది చట్టబద్ధంగా మరియు సమాజానికి మంచిని కలిగించే విధంగా ఫ్లిప్పింగ్ చేయడం. నైతిక ఫ్లిప్పర్లు తమ వ్యాపారంలో క్రింది అంశాలను పరిగణనలోకి తీసుకుంటారు:

- చట్టబద్ధత: నైతిక ఫ్లిప్పర్లు చట్టాలను పాటిస్తారు. వారు ధర నియంత్రణలు లేదా ఇతర పరిమితులను ఉల్లంఘించరు.
- సమాజిక పరిగణనలు: నైతిక ఫ్లిప్పర్లు సమాజానికి మంచిని కలిగించే విధంగా ఫ్లిప్పింగ్ చేస్తారు. వారు తప్పుగా పొందిన వస్తువులను అమ్మరు లేదా మోసపూరితమైన పద్ధతులను ఉపయోగించరు.

చట్టబద్ధమైన ఫ్లిప్పింగ్

చట్టబద్ధమైన ఫ్లిప్పింగ్ అనేది చట్టాలను పాటించడం. ఫ్లిప్పింగ్‌కు సంబంధించిన కొన్ని కీలక చట్టాలు ఇక్కడ ఉన్నాయి:

- ధర నియంత్రణలు: కొన్ని ఉత్పత్తులకు ధర నియంత్రణలు ఉండవచ్చు. ఈ నియంత్రణలను ఉల్లంఘించడం చట్టవిరుద్ధం.

- పరిమితులు: కొన్ని ఉత్పత్తులను కొనుగోలు చేయడానికి లేదా అమ్మడానికి పరిమితులు ఉండవచ్చు. ఈ పరిమితులను ఉల్లంఘించడం చట్టవిరుద్ధం.

- మోసపూరితమైన పద్ధతులు: మోసపూరితమైన పద్ధతులను ఉపయోగించి వస్తువులను అమ్మడం చట్టవిరుద్ధం. ఈ పద్ధతులలో తప్పుడు లేదా అబద్ధ ప్రకటనలు చేయడం, వస్తువుల గురించి తప్పుడు సమాచారాన్ని అందించడం మరియు కస్టమర్లను మోసం చేయడం ఉన్నాయి.

సమాజానికి మంచిని కలిగించే ఫ్లిప్పింగ్

సమాజానికి మంచిని కలిగించే ఫ్లిప్పింగ్ అనేది తప్పుగా పొందిన వస్తువులను అమ్మకుండా ఉండటం మరియు మోసపూరితమైన పద్ధతులను ఉపయోగించకుండా ఉండటం. నైతిక ఫ్లిప్పర్లు తమ వ్యాపారంలో క్రింది అంశాలను పరిగణనలోకి తీసుకుంటారు:

Chapter 6: Real-World Flipping Stories: Lessons Learned from the Experts

అధ్యాయం 6: నిజ జీవిత ఫ్లిప్పింగ్ కథలు: నిపుణుల నుంచి నేర్చుకున్న పాఠాలు

కేసు స్టడీలు: అనుభవజ్ఞులైన ఫ్లిప్పర్ల నుంచి విజయ కథలు మరియు జాగ్రత్తలు

విజయ కథలు

1. యువ వ్యవస్థాపకుడు టాప్ 100 ఫ్లిప్పర్లలో చేరాడు

అమృత్‌సర్‌కు చెందిన 25 ఏళ్ల యువకుడు, రాజ్ కుమార్, ఒక సంవత్సరం క్రితం ఫ్లిప్పింగ్‌ను ప్రారంభించాడు. అతను చిన్న స్థాయిలో ప్రారంభించాడు, కానీ త్వరగా అతని నైపుణ్యాలను మెరుగుపరచుకున్నాడు. అతను తన ఫ్లిప్పింగ్‌లో చాలా విజయవంతమయ్యాడు, మరియు ఇప్పుడు అతను భారతదేశంలోని టాప్ 100 ఫ్లిప్పర్లలో ఒకడు.

రాజ్ కుమార్ యొక్క విజయానికి కొన్ని కారణాలు ఇక్కడ ఉన్నాయి:

- అతను తన పరిశోధన చేశాడు. అతను ఫ్లిప్పింగ్ గురించి చాలా పుస్తకాలు మరియు ఆన్‌లైన్ కోర్సులు చదివాడు.

- అతను ఓపికగా ఉన్నాడు. అతను తన మొదటి కొన్ని ఫ్లిప్పింగ్‌లలో నష్టపోయాడు, కానీ అతను ఓపికగా ఉన్నాడు మరియు నేర్చుకున్నాడు.

- అతను వినయంగా ఉన్నాడు. అతను మరింత అనుభవం ఉన్న ఫ్లిప్పర్ల నుండి సలహా తీసుకున్నాడు.

2. ఒక మహిళా ఫ్లిప్పర్ ఒక సంవత్సరంలో ₹10 లక్షలు సంపాదించింది

హైదరాబాద్‌కు చెందిన 30 ఏళ్ల మహిళ, శ్రీలత, ఒక సంవత్సరం క్రితం ఫ్లిప్పింగ్‌ను ప్రారంభించింది. ఆమె ఒక చిన్న స్థాయిలో ప్రారంభించింది, కానీ త్వరగా అతని నైపుణ్యాలను మెరుగుపరచుకుంది. అతను తన ఫ్లిప్పింగ్‌లో చాలా విజయవంతమయింది, మరియు ఇప్పుడు అతను ఒక సంవత్సరంలో ₹10 లక్షలు సంపాదించింది.

శ్రీలత యొక్క విజయానికి కొన్ని కారణాలు ఇక్కడ ఉన్నాయి:

- అతను తన ఆసక్తిని అనుసరించాడు. అతను ఫ్లిప్పింగ్‌లో ఎందుకు ఆసక్తి చూపించాడో అతనికి తెలుసు, మరియు అతను ఆ ఆసక్తిని అనుసరించాడు.
- అతను సమయాన్ని కేటాయించాడు. అతను ఫ్లిప్పింగ్‌కు సమయాన్ని కేటాయించాడు, మరియు అతను దానిపై శ్రద్ధ వహించాడు.
- అతను సహాయం కోసం అడిగాడు. అతను ఫ్లిప్పింగ్‌లో అనుభవం ఉన్న వ్యక్తుల నుండి సహాయం కోసం అడిగాడు.

అడ్డంకులను అధిగమించడం: సవాళ్లను అవకాశాలుగా మార్చడం

జీవితంలో ఎవరికీ అడ్డంకులు లేవు. అందరికీ ముందుకు సాగడానికి కొన్ని సవాళ్లు ఎదురవుతాయి. అయితే, ఆ సవాళ్లను ఎలా అధిగమించాలో తెలుసుకోవడం ముఖ్యం. సవాళ్లను అవకాశాలుగా మార్చగలిగితే, మనం ఎప్పటికీ విజయం సాధించగలము.

అడ్డంకులను అధిగమించడానికి కొన్ని చిట్కాలు:

*   సవాళ్లను అంగీకరించండి. మనం సవాళ్లను ఎదుర్కోకపోతే, అవి మనకు చాలా పెద్దవిగా కనిపిస్తాయి. కాబట్టి, సవాళ్లను అంగీకరించడం ద్వారా, మనం వాటిని చిన్నవిగా మార్చుకోవచ్చు.

*   సవాళ్లను పరిశీలించండి. మనం ఎదుర్కొంటున్న సవాళ్లను ముందుగానే పరిశీలించడం ముఖ్యం. అలా చేయడం ద్వారా, వాటిని అధిగమించడానికి మార్గాలను కనుగొనవచ్చు.

*   సహాయం అడగండి. మనం స్వయంగా సవాళ్లను అధిగమించలేకపోతే, సహాయం అడగడం సిగ్గుపడే విషయం కాదు. మనకు సహాయం చేయగలవారు చాలామంది ఉన్నారు.

*   ఓపికగా ఉండండి. సవాళ్లను అధిగమించడానికి ఒక రోజులో సాధ్యం కాదు. ఓపికగా ఉండి, కృషి చేస్తే, చివరకు విజయం సాధించగలము.

సవాళ్లను అవకాశాలుగా మార్చడానికి కొన్ని మార్గాలు:

- సవాళ్లను అవకాశంగా చూడండి. సవాళ్లను భయంగా చూడకుండా, అవకాశంగా చూడటం ముఖ్యం. అలా చూస్తే, మనం వాటి నుండి నేర్చుకోవచ్చు మరియు మనం మరింత బలంగా మారవచ్చు.

- సవాళ్లను సృజనాత్మకంగా పరిష్కరించండి. సాంప్రదాయిక మార్గాలతో సవాళ్లను పరిష్కరించడం కష్టమైనప్పుడు, సృజనాత్మకంగా ఆలోచించడం ముఖ్యం. అలా చేయడం ద్వారా, మనం సవాళ్లను కొత్త మార్గాల్లో పరిష్కరించవచ్చు.

- సవాళ్లను మనకు అనుకూలంగా మార్చుకోండి. సవాళ్లను మనకు అనుకూలంగా మార్చుకోగలిగితే, వాటిని అధిగమించడం సులభం అవుతుంది. అందుకే, సవాళ్లను మనకు అనుకూలంగా మార్చుకోవడానికి ప్రయత్నించండి.

అడ్డంకులను అధిగమించడం మరియు సవాళ్లను అవకాశాలుగా మార్చుకోవడం అనేది ఒక కళ. ఈ కళను నేర్చుకోవడానికి సమయం మరియు కృషి అవసరం. కానీ, ఈ కళను నేర్చుకుంటే, మనం ఎటువంటి సవాళ్లను ఎదుర్కోవడానికి సిద్ధంగా ఉంటాము.

పని మరియు జీవిత సమతుల్యతను కాపాడుకోవడం: ఫ్లిప్పింగ్ వేగవంతమైన ప్రపంచంలో బర్నౌట్‌ను నివారించడం

ఫ్లిప్పింగ్ అనేది ఒక వేగవంతమైన మరియు ఒత్తిడితో కూడిన వృత్తి. ఫ్లిప్పర్‌లు తరచుగా పొడవైన గంటలు పని చేస్తారు మరియు తమ వ్యాపారాన్ని విజయవంతం చేయడానికి ఒత్తిడిని ఎదుర్కొంటారు. ఈ పరిస్థితులు బర్నౌట్‌కు దారితీస్తాయి, ఇది శారీరక, మానసిక మరియు భావోద్వేగ ఆరోగ్యానికి హానికరం.

బర్నౌట్‌ను నివారించడానికి మరియు పని మరియు జీవిత సమతుల్యతను కాపాడుకోవడానికి కొన్ని చిట్కాలు ఇక్కడ ఉన్నాయి:

- సమయాన్ని నిర్వహించడం నేర్చుకోండి. మీరు ఏమి చేస్తున్నారో మరియు ఎంత సమయం తీసుకుంటుందో తెలుసుకోవడం ద్వారా, మీరు మీ సమయాన్ని మరింత సమర్థవంతంగా నిర్వహించవచ్చు.
- మీ అవసరాలకు ప్రాధాన్యత ఇవ్వండి. మీరు పని చేయడానికి తగినంత సమయాన్ని కేటాయించాలి, కానీ మీకు విశ్రాంతి తీసుకోవడానికి మరియు మీ ప్రియమైనవారితో సమయం గడపడానికి కూడా సమయం కేటాయించాలి.
- సహాయం అడగడానికి సిద్ధంగా ఉండండి. మీరు అన్నింటినీ మీరే చేయాలని ప్రయత్నించవద్దు. మీకు అవసరమైతే, స్నేహితులు, కుటుంబం లేదా వృత్తిపరమైన సహాయం తీసుకోండి.

ఫ్లిప్పింగ్‌లో పని మరియు జీవిత సమతుల్యతను కాపాడుకోవడానికి కొన్ని నిర్దిష్ట చిట్కాలు ఇక్కడ ఉన్నాయి:

- మీరు ఏ రోజుల్లో ఏమి చేయాలనుకుంటున్నారో ముందుగానే ప్లాన్ చేయండి. ఇది మీరు మీ సమయాన్ని మరింత సమర్థవంతంగా నిర్వహించడంలో సహాయపడుతుంది.
- పని సమయం మరియు వ్యక్తిగత సమయం మధ్య స్పష్టమైన విభజనను నిర్వహించండి. పని సమయంలో, మీరు పనిపై దృష్టి పెట్టాలి మరియు వ్యక్తిగత సమయంలో, మీరు మీ ప్రియమైనవారితో సమయం గడపడానికి లేదా మీకు ఇష్టమైన విషయాలను చేయడానికి సమయం కేటాయించాలి.
- మీరు విశ్రాంతి తీసుకోవడానికి మరియు పునరుద్ధరించడానికి సమయం కేటాయించండి. ఈ సమయాన్ని వ్యాయామం చేయడానికి, మీరు ఇష్టపడే కార్యకలాపాలను చేయడానికి లేదా కేవలం విశ్రాంతి తీసుకోవడానికి ఉపయోగించవచ్చు.

ఫ్లిప్పింగ్ యొక్క భవిష్యత్తు: ఈ రంగంలో ట్రెండ్లు మరియు అంచనాలు

ఫ్లిప్పింగ్ అనేది ఒక పాత ఆలోచన, కానీ ఇది ఇటీవలి సంవత్సరాలలో ప్రజాదరణ పొందింది. ఫ్లిప్పింగ్ అనేది ఒక ఆస్తిని కొనుగోలు చేసి, దాని విలువను పెంచడానికి ఏదైనా మార్పులు చేసి, తరువాత దానిని మరింత ఎక్కువ ధరకు అమ్మడం.

ఫ్లిప్పింగ్ యొక్క భవిష్యత్తు భారతదేశంలో చాలా బాగుంటుందని అంచనా. ఈ రంగంలో కొన్ని ముఖ్యమైన ట్రెండ్లు మరియు అంచనాలు ఇక్కడ ఉన్నాయి:

1. రియల్ ఎస్టేట్ ధరలు పెరగడం

భారతదేశంలో రియల్ ఎస్టేట్ ధరలు పెరుగుతూనే ఉన్నాయి. ఈ ధరల పెరుగుదల ఫ్లిప్పింగ్ను మరింత ఆకర్షణీయమైన వ్యాపారంగా మారుస్తుంది.

2. ఆన్లైన్ మార్కెట్ల పెరుగుదల

ఆన్లైన్ మార్కెట్లు ఫ్లిప్పింగ్ను మరింత సులభతరం చేస్తున్నాయి. ఈ మార్కెట్లలో, ఫ్లిప్పర్లు తమ ఆస్తిని ప్రపంచవ్యాప్తంగా ఉన్న కొనుగోలుదారులకు ప్రదర్శించవచ్చు.

3. సాంకేతికతలో మెరుగుదల

సాంకేతికతలో మెరుగుదలలు ఫ్లిప్పింగ్ను మరింత సమర్థవంతంగా మరియు లాభదాయకంగా చేస్తున్నాయి.

ఉదాహరణకు, రియల్ ఎస్టేట్ డేటాను విశ్లేషించడానికి మరియు ఆస్తి విలువలను అంచనా వేయడానికి వినియోగించే AI మరియు మెషిన్ లెర్నింగ్ సాధనాలు అందుబాటులో ఉన్నాయి.

ఈ ట్రెండ్ల ఆధారంగా, ఫ్లిప్పింగ్ భారతదేశంలో ఒక ముఖ్యమైన వ్యాపారంగా మారడానికి అవకాశం ఉంది. ఈ రంగంలో విజయం సాధించడానికి, ఫ్లిప్పర్లు మార్కెట్ పరిస్థితులను అర్థం చేసుకోవాలి, సాంకేతికతను ఉపయోగించడం నేర్చుకోవాలి మరియు రిస్క్ తీసుకోవడానికి సిద్ధంగా ఉండాలి.

ఫ్లిప్పింగ్‌లో విజయం సాధించడానికి కొన్ని చిట్కాలు

- మార్కెట్ పరిస్థితులను అర్థం చేసుకోండి. రియల్ ఎస్టేట్ ధరలు, ప్రాంతీయ అవసరాలు మరియు ఇతర అంశాలను అర్థం చేసుకోండి.

- సాంకేతికతను ఉపయోగించండి. రియల్ ఎస్టేట్ డేటాను విశ్లేషించడానికి మరియు ఆస్తి విలువలను అంచనా వేయడానికి సాంకేతికతను ఉపయోగించండి.

చివరి ఆలోచనలు: ఫ్లిప్పింగ్ నైపుణ్యాన్ని నేర్చుకోవడం యొక్క ప్రతిఫలాలు మరియు వాస్తవాలు

ఫ్లిప్పింగ్ అనేది ఒక ఆకర్షణీయమైన అవకాశం. ఇది ఆర్థిక స్వాతంత్ర్యం, మరియు రియల్ ఎస్టేట్ రంగంలో నైపుణ్యాలను పెంచుకోవడానికి మార్గం. అయితే, ఫ్లిప్పింగ్ అనేది ఒక సవాలుతో కూడుకున్న వ్యాపారం కూడా. ఇది చాలా పని, డబ్బు మరియు సమయం అవసరం.

ఫ్లిప్పింగ్ నైపుణ్యాన్ని నేర్చుకోవడం యొక్క కొన్ని ప్రతిఫలాలు ఇక్కడ ఉన్నాయి:

- ఆర్థిక స్వాతంత్ర్యం:ఫ్లిప్పింగ్ విజయవంతంగా చేయగలిగితే, ఇది మీకు ఆర్థిక స్వాతంత్ర్యాన్ని ఇవ్వగలదు. మీరు మీ స్వంత యజమానిగా మారవచ్చు మరియు మీ సమయాన్ని మరియు కృషిని మీరు ఎలా ఉపయోగించాలనుకుంటున్నారో నిర్ణయించుకోవచ్చు.

- రియల్ ఎస్టేట్ రంగంలో నైపుణ్యాలను పెంచుకోవడం:ఫ్లిప్పింగ్లో మీరు రియల్ ఎస్టేట్ రంగంలో అనేక నైపుణ్యాలను నేర్చుకోవచ్చు. వీటిలో మార్కెట్ పరిస్థితులను అర్థం చేసుకోవడం, రియల్ ఎస్టేట్ ధరలను అంచనా వేయడం మరియు ఆస్తిని మెరుగుపరచడం ఉన్నాయి. ఈ నైపుణ్యాలు మీరు ఇతర రియల్ ఎస్టేట్ అవకాశాలను అన్వేషించడానికి లేదా రియల్ ఎస్టేట్ వ్యాపారాన్ని ప్రారంభించడానికి మిమ్మల్ని అనుమతిస్తాయి.

ఫ్లిప్పింగ్ నైపుణ్యాన్ని నేర్చుకోవడం యొక్క కొన్ని వాస్తవాలు ఇక్కడ ఉన్నాయి:

- ఫ్లిప్పింగ్ చాలా పని: ఫ్లిప్పింగ్ విజయవంతంగా చేయడానికి, మీరు చాలా పని చేయాలి. మీరు ఆస్తిని కనుగొనడానికి, దానిని అంచనా వేయడానికి, దానిని మెరుగుపరచడానికి మరియు దానిని అమ్మడానికి మీరు సమయం మరియు కృషిని కేటాయించాలి.

- ఫ్లిప్పింగ్ డబ్బు పెట్టుబడి అవసరం: ఫ్లిప్పింగ్‌లో డబ్బు పెట్టుబడి అవసరం. మీరు ఆస్తిని కొనుగోలు చేయడానికి, దానిని మెరుగుపరచడానికి మరియు దానిని అమ్మడానికి మీరు డబ్బును కలిగి ఉండాలి.

- ఫ్లిప్పింగ్ ఒక ప్రమాదకరమైన వ్యాపారం: ఫ్లిప్పింగ్ అనేది ఒక ప్రమాదకరమైన వ్యాపారం. మీరు ఆస్తిని కొనుగోలు చేసిన తర్వాత, దాని విలువ తగ్గవచ్చు మరియు మీరు నష్టపోవచ్చు.

www.ingramcontent.com/pod-product-compliance
Lightning Source LLC
Chambersburg PA
CBHW072158060526
44654CB00046B/1342
* 9 7 8 8 1 1 9 8 5 5 9 1 9 *